Workbook

Simplified Characters Version

轻松学汉语 少儿版（练习册）

Yamin Ma

Joint Publishing (H.K.) Co., Ltd.
三联书店（香港）有限公司

Chinese Made Easy for Kids (Workbook 3)
Yamin Ma

Editor Luo Fang
Art design Arthur Y. Wang, Annie Wang, Yamin Ma
Cover design Arthur Y. Wang, Zhong Wenjun
Graphic design Zhong Wenjun
Typeset Lin Minxia

Published by
JOINT PUBLISHING (H.K.) CO., LTD.
Rm. 1304, 1065 King's Road, Quarry Bay, Hong Kong

Distributed by
SUP PUBLISHING LOGISTICS (HK) LTD.
3/F, 36 Ting Lai Road, Tai Po, N.T., Hong Kong

First published January 2006

E-mail: publish@jointpublishing.com

轻松学汉语 少儿版（练习册三）
编　著　马亚敏

责任编辑　罗　芳
美术策划　王　宇　王天一　马亚敏
封面设计　王　宇　钟文君
版式设计　钟文君
排　版　林敏霞

出　版　三联书店（香港）有限公司
　　　　香港鲗鱼涌英皇道 1065 号 1304 室
发　行　香港联合书刊物流有限公司
　　　　香港新界大埔汀丽路 36 号 3 字楼
印　刷　深圳市德信美印刷有限公司
　　　　深圳市福田区八卦三路522栋2楼
版　次　2006年1月香港第一版第一次印刷
规　格　大16开(210x260mm)144面
国际书号　ISBN 962 · 04 · 2520 · 0

CONTENTS

dì yī kè
第一课

1 Trace the characters.

一 ⺧ 车 东 东							
dōng east	东	东	东	东	东		
一 十 门 门 内 内 内 南 南							
nán south	南	南	南	南	南		
一 厂 万 丙 两 西							
xī west	西	西	西	西	西		
丨 ⺊ 丬 北 北							
běi north	北	北	北	北	北		

2 Write the Chinese numbers according to the pattern.

三		五			八		

3 Connect the matching words.

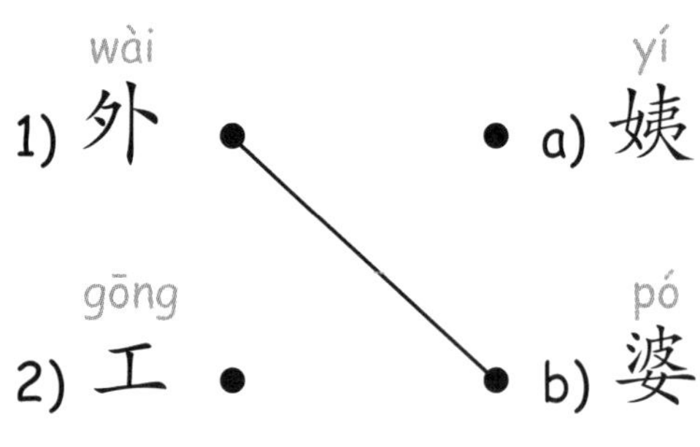

1) 外 wài	a) 姨 yí
2) 工 gōng	b) 婆 pó
3) 阿 ā	c) 们 men
4) 每 měi	d) 作 zuò
5) 他 tā	e) 饭 fàn
6) 吃 chī	f) 天 tiān

4 Write the radicals.

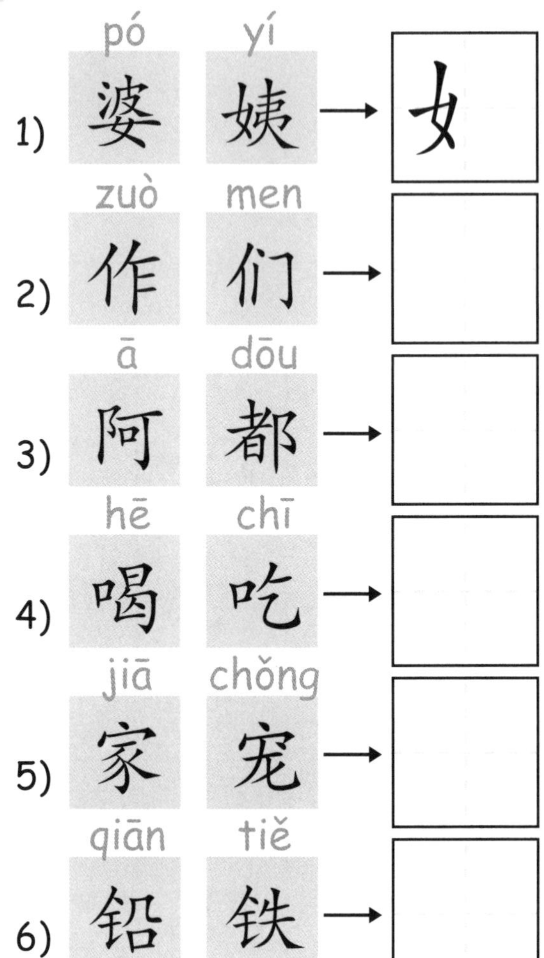

1) 婆 pó 姨 yí → 女
2) 作 zuò 们 men →
3) 阿 ā 都 dōu →
4) 喝 hē 吃 chī →
5) 家 jiā 宠 chǒng →
6) 铅 qiān 铁 tiě →

5 Circle the correct words.

1) 爸爸（星／生）期天不（土／工）作。
bà ba qī tiān bù zuò

2) 妈妈不喜欢喝鱼（踢／汤）。
mā ma bù xǐ huan hē yú

3) 妹妹每天骑（目／自）行车上学。
mèi mei měi tiān qí xíng chē shàng xué

4) 弟弟的头大大的，脸（园园／圆圆）的。
dì di de tóu dà da de liǎn de

6 Read aloud the following pinyin. Write the meaning of each phrase.

1) huā yuán garden
2) jīn tiān ______
3) yé ye ______
4) nián jí ______
5) chū shēng ______
6) dòng wù ______
7) xīng qī ______
8) lǎo hǔ ______

7 Draw pictures.

① nǐ yé ye 你爷爷	② nǐ nǎi nai 你奶奶
③ nǐ wài gōng 你外公	④ nǐ wài pó 你外婆

8 Circle the correct words.

bà ba de bà ba shì wǒ
1) 爸爸的爸爸是我（爷爷／外公）。

mā ma de gē ge shì wǒ
2) 妈妈的哥哥是我（叔叔／舅舅）。

mā ma de mā ma shì wǒ
3) 妈妈的妈妈是我（外婆／奶奶）。

bà ba de jiě jie shì wǒ
4) 爸爸的姐姐是我（姑姑／阿姨）。

9 Fill in the blanks with the words in the box.

gōng zuò 工作	shàng xué 上学	shuō 说	fàng xué 放学	zhù 住

gē ge sān diǎn bàn huí jiā
1) 哥哥三点半＿放学＿回家。

xīng qī liù bà ba bù
2) 星期六爸爸不＿＿＿＿。

wài gōng huì hǎo jǐ zhǒng yǔ yán
3) 外公会＿＿＿＿好几种语言。

jiě jie měi tiān zuò xiào chē
4) 姐姐每天坐校车＿＿＿＿。

ā yí yì jiā rén xiàn zài
5) 阿姨一家人现在＿＿＿＿

zài běi jīng
在北京。

10 Draw pictures.

1) wǒ yé ye shǔ
我爷爷属

2) wǒ nǎi nai shǔ
我奶奶属

3) wǒ wài gōng shǔ
我外公属

4) wǒ wài pó shǔ
我外婆属

5) wǒ bà ba shǔ
我爸爸属

6) wǒ mā ma shǔ
我妈妈属

7) wǒ shǔ
我属

11 Count the strokes of each character.

1) wài 外 5
2) pó 婆 ____
3) jiù 舅 ____
4) ā 阿 ____
5) zhī 只 ____
6) tā 它 ____
7) yí 姨 ____
8) zuò 作 ____

12 Complete the following paragraph. Fill in the blanks with characters.

wǒ jiào　　　　　　　　jīn nián　　　　　　　　shàng
我叫＿＿＿＿＿＿＿＿，今年＿＿＿＿＿＿＿，上

　　　　　　wǒ shǔ　　　　wǒ jiā yǒu　　　rén
＿＿＿＿＿。我属＿＿＿＿。我家有＿＿＿＿人：

＿＿＿＿＿＿＿＿＿＿＿＿＿＿＿＿＿＿＿＿＿＿

13 Trace the characters.

ノ　ク　夕　夘　外							
wài (relatives) of one's mother; outer	外	外	外	外	外		
ノ　八　公　公							
gōng mother's father	公	公	公	公	公		
丶　冫　氵　氵　沪　沪　波　波　婆　婆　婆							
pó old woman	婆	婆	婆	婆	婆		
ノ　亻　亻　亻　作　作　作							
zuò do; make	作	作	作	作	作		

jiù mother's brother	舅					
ā prefix	阿					
yí mother's sister	姨					
zhī measure word	只					
tā it	它					

14 Write the characters.

wài	gōng	měi	tiān	zài	jiā	li	gōng	zuò
外								

dì èr kè
第二课

1 Trace the characters.

一 十 亣 冇 冇 育 直 直							
zhí straight	直	直	直	直	直		
丨 冂 冃 冉 曲 曲							
qǔ crooked	曲	曲	曲	曲	曲		

2 Circle the correct characters.

1) chē	(车)	东	2) duǎn	豆	短
3) péng	服	朋	4) yǒu	友	在
5) hǎi	每	海	6) jīng	京	衣
7) jìng	镜	铁	8) qù	去	法
9) tuǐ	腿	胖	10) wǎn	晚	兔
11) chuán	船	般	12) bǎi	百	白

3 Draw pictures.

1) tóu 头

2) yǎn jing 眼睛

3) bí zi 鼻子

4) zuǐ ba 嘴巴

5) tóu fa 头发

6) shǒu 手

7) ěr duo 耳朵

8) yá chǐ 牙齿

9) liǎn 脸

10) jiǎo 脚

4 Write the common radical.

5 Connect the matching words.

1) chuān 穿	a) xiào fú 校服
2) shuō 说	b) diàn shì 电视
3) kàn 看	c) hàn yǔ 汉语
4) tán 弹	d) zú qiú 足球
5) dài 戴	e) gāng qín 钢琴
6) tī 踢	f) yǎn jìng 眼镜

6 Circle the phrases as required.

yǎn 眼	tóu 头	juǎn 卷	péng 朋	you 友
jing 睛	jìng 镜	fà 发	gōng 工	zuò 作
wài 外	gōng 公	xiàn 现	jiā 家	rén 人
pó 婆	miàn 面	zài 在	měi 每	tiān 天

1) glasses ✓
2) friend
3) curly hair
4) work
5) grandfather (maternal)
6) everyday
7) now

7 Write the characters.

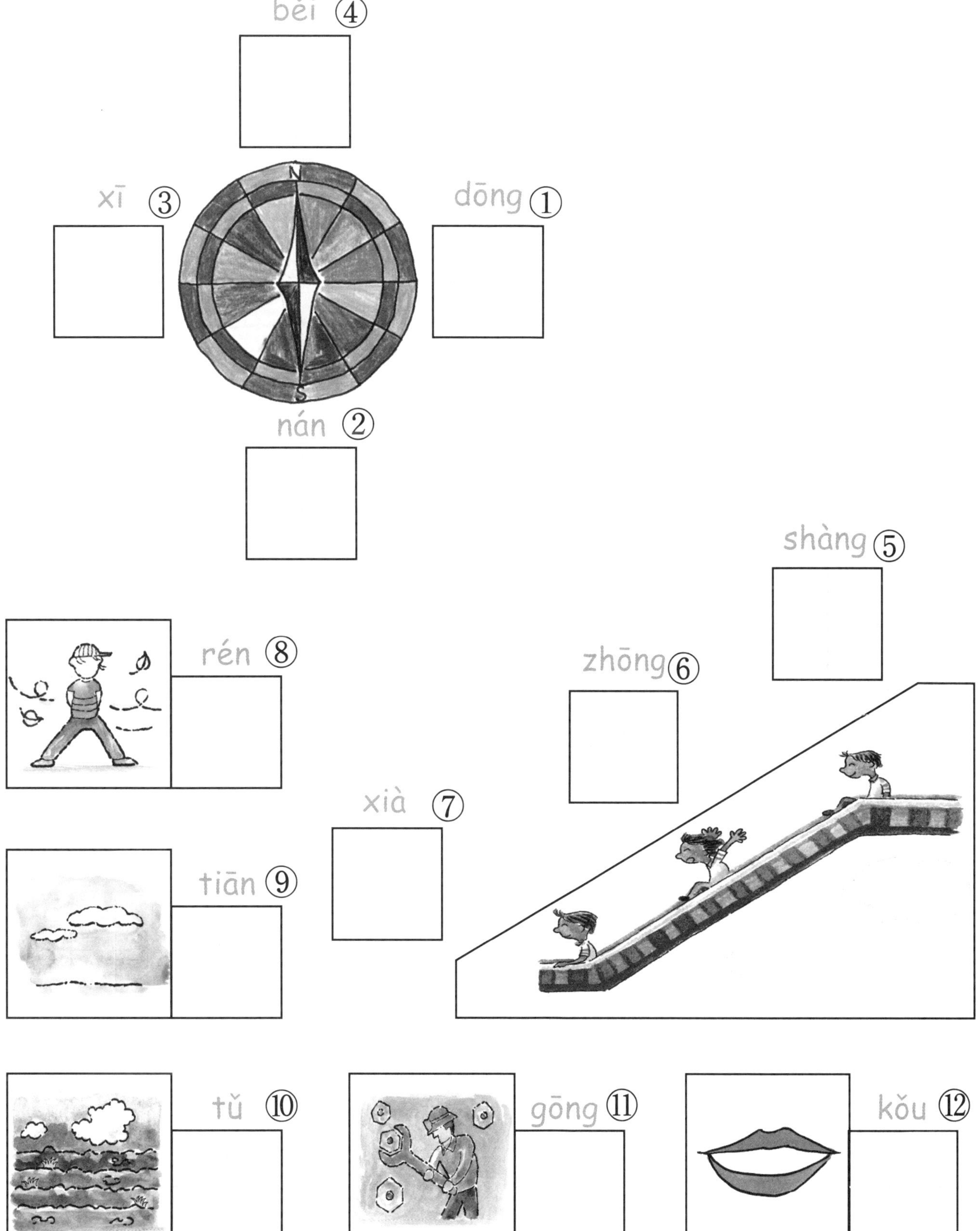

8 Count the strokes of each character.

1)	ǎi 矮	13	2)	hǎi 海	____	3)	duǎn 短 ____
4)	tuǐ 腿	____	5)	gāo 高	____	6)	cháng 长 ____
7)	juǎn 卷	____	8)	dài 戴	____		

9 Write two characters for each radical.

1) 氵： 滑 海
2) 月：
3) 丿：
4) 阝：
5) 口：
6) 矢 (arrow)：

10 Find the common part and write it down.

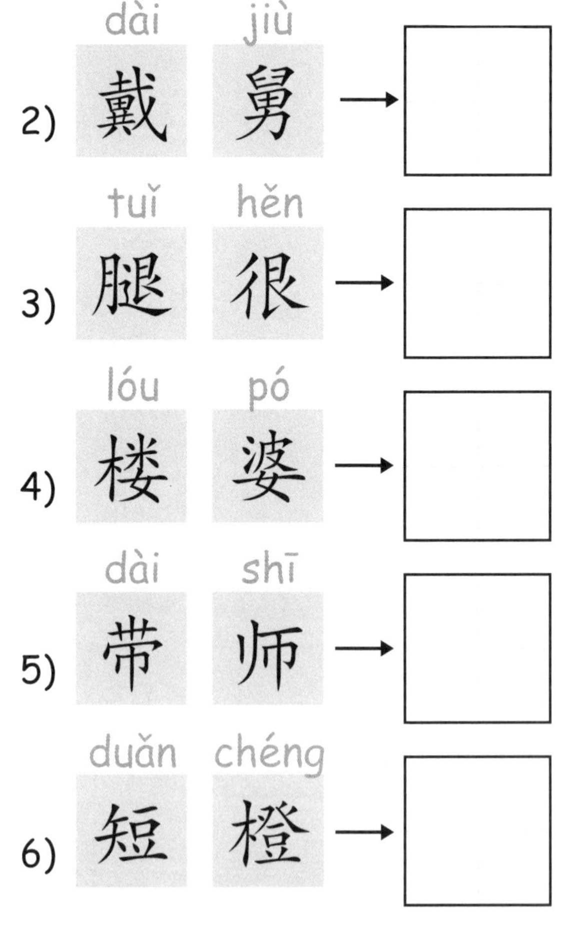

11 Read the sentences and draw pictures.

❶

tā de liǎn yuán yuán de
她的脸圆圆的。

❷

tā de tóu fa hěn juǎn
他的头发很卷。

❸

tā de tóu fa hěn duǎn
他的头发很短。

❹

nǎi nai de gè zi hěn ǎi
奶奶的个子很矮。

❺

yé ye dài yǎn jìng
爷爷戴眼镜。

❻

wài gōng de tóu fa hěn shǎo
外公的头发很少。

12 Draw your mother/father and write a few sentences about her/him.

13 Trace the characters.

丿 月 月 月 朋 朋 朋 朋							
péng friend	朋	朋	朋	朋	朋		
一 ナ 方 友							
yǒu friend	友	友	友	友	友		
丶 亠 亣 亣 古 亨 亨 京							
jīng capital	京	京	京	京	京		

ǎi short (in height)	矮
duǎn short (in length)	短
hǎi sea	海
tuǐ leg	腿
juǎn curl	卷
dài put on; wear	戴
jìng mirror	镜

dì sān kè
第三课

1 Trace the characters.

一 二 云 云							
yún cloud	云	云	云	云	云		
一 丆 不 石 石							
shí stone	石	石	石	石	石		

2 Fill in the blanks with the words in the box.

wù	lè	shān	kù	qún	shí
物	乐	衫	裤	裙	食
sè	guǒ	zi	guā	bāo	shēng
色	果	子	瓜	包	生

1) chèn 衬 衫____ 2) cháng 长____ 3) duǎn 短____ 4) hēi 黑____

5) shuǐ 水____ 6) dòng 动____ 7) xī 西____ 8) líng 零____

9) kě 可____ 10) chǐ 尺____ 11) nán 男____ 12) shū 书____

3 Colour the pictures.

① 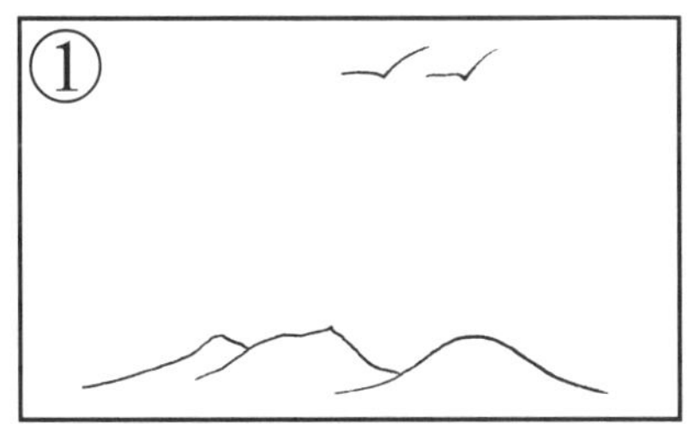

lán tiān
蓝天

② 

bái yún
白云

③ 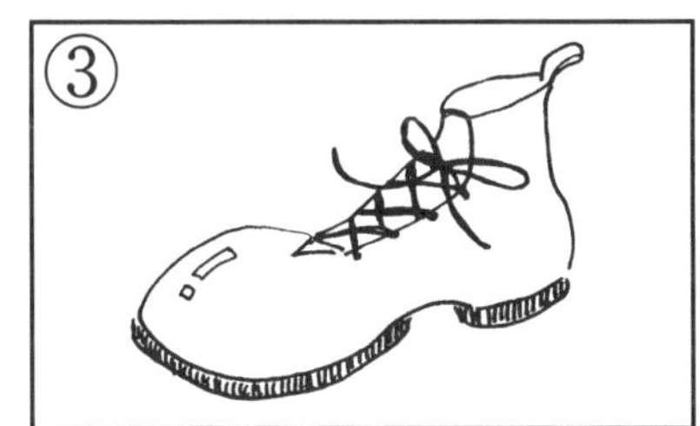

hēi pí xié
黑皮鞋

④ 

huáng píng guǒ
黄苹果

⑤ 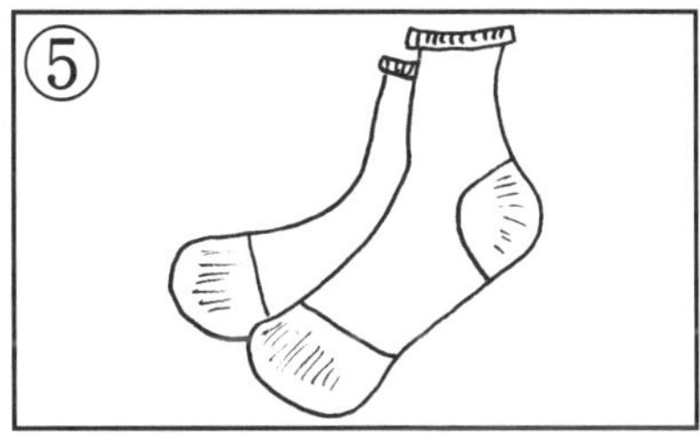

chéng sè de wà zi
橙色的袜子

⑥ 

fěn hóng sè de hàn shān
粉红色的汗衫

⑦ 

hóng dà yī
红大衣

⑧ 

zǐ sè de lián yī qún
紫色的连衣裙

⑨ 

huī sè de xiǎo māo
灰色的小猫

⑩ 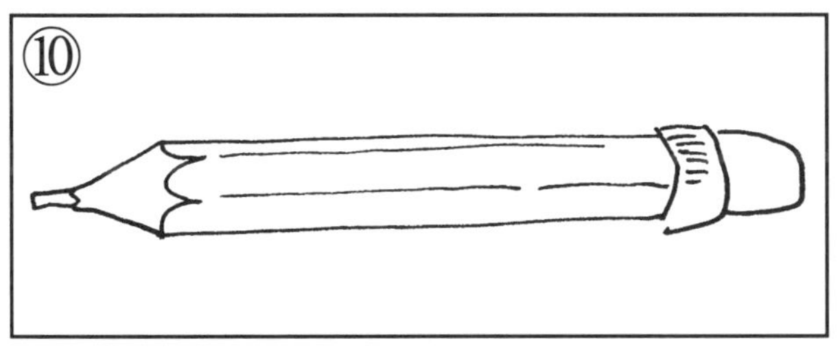

lǜ sè de qiān bǐ
绿色的铅笔

⑪ 

zōng sè de mǎ
棕色的马

4 Circle the phrases as required.

dà 大	duǎn 短	cháng 长	kù 裤	pí 皮
lián 连	yī 衣	qún 裙	liáng 凉	xié 鞋
chèn 衬	fu 服	juǎn 卷	tóu 头	nǎo 脑
hàn 汗	shān 衫	zhí 直	fà 发	yǎn 眼
shuǐ 水	wà 袜	zi 子	jing 睛	jìng 镜

1) overcoat ✓

2) dress

3) sandals

4) T-shirt

5) leather shoes

6) long pants

7) socks

8) short skirt

5 Organize the words to form a sentence.

1) 住 (zhù) 北京 (běi jīng) 在 (zài) 外公 (wài gōng)、外婆 (wài pó)。→

外公、外婆住在北京。

2) 在 (zài) 工作 (gōngzuò) 阿姨 (ā yí) 上海 (shàng hǎi)。→

3) 戴 (dài) 舅舅 (jiù jiu) 眼镜 (yǎn jìng) 不 (bú)。→

4) 弟弟 (dì di) 汗衫 (hàn shān) 穿 (chuān) 喜欢 (xǐ huan)。→

6 Complete the sentences in picture form.

wǒ xǐ huan chuān
1) 我喜欢穿：

wǒ xǐ huan chī
2) 我喜欢吃：

7 Connect the matching words.

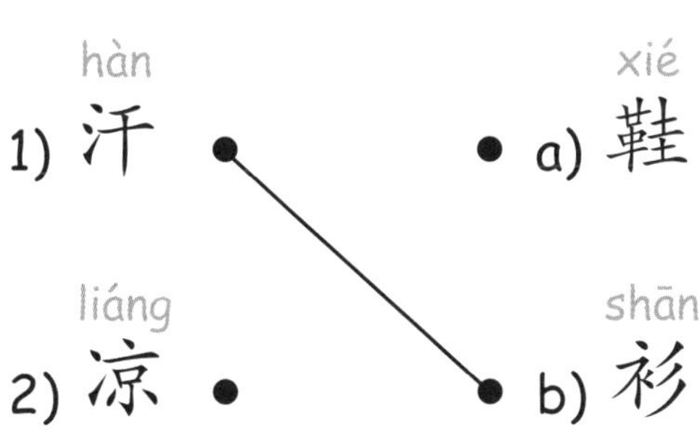

hàn 1) 汗 •	• a) 鞋 xié
liáng 2) 凉 •	• b) 衫 shān
wà 3) 袜 •	• c) 衣 yī
dà 4) 大 •	• d) 裤 kù
cháng 5) 长 •	• e) 子 zi

8 Count the strokes of each character.

1) 服 fú 8
2) 凉 liáng ____
3) 连 lián ____
4) 裙 qún ____
5) 鞋 xié ____
6) 皮 pí ____
7) 汗 hàn ____
8) 袜 wà ____

9 Choose a radical from the box to complete the character.

冫 犭 米 亻 矢 火 日 革

tǐ 1) 体	duǎn 2) 豆	liáng 3) 京	chǎo 4) 少
xié 5) 圭	míng 6) 月	fěn 7) 分	shī 8) 师

10 Colour the pictures and write the colour you used.

①

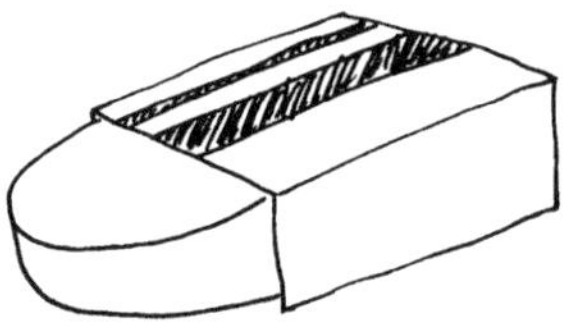

②

③

白	色

④

⑤

⑥

hóng sè
a) 红色

huáng sè
b) 黄色

lán sè
c) 蓝色

hēi sè
d) 黑色

zōng sè
e) 棕色

zǐ sè
f) 紫色

chéng sè
g) 橙色

lǜ sè
h) 绿色

huī sè
i) 灰色

11 Complete the following sentences.

wǒ bà ba xǐ huanchuān
1) 我爸爸喜欢 穿 ______

wǒ mā ma xǐ huan
2) 我妈妈喜欢______

wǒ
3) 我______

wǒ de hàn yǔ lǎo shī
4) 我的汉语老师______

12 Write the common radical and its meaning.

	tuǐ	jiǎo	liǎn			
1)	腿	脚	脸	→	月	flesh
	yǎn	jīng	kàn			
2)	眼	睛	看	→		______
	jiào	chī	hē			
3)	叫	吃	喝	→		______
	shān	kù	chèn			
4)	衫	裤	衬	→		______
	guì	zhuō	yǐ			
5)	柜	桌	椅	→		______
	xǐ	zǎo	hàn			
6)	洗	澡	汗	→		______

13 Write two characters for each radical.

1) 氵：滑 ___
2) 衤：___ ___
3) 辶：___ ___
4) 冫：___ ___
5) 穴：___ ___
6) 革 (leather)：___ ___

14 Fill in the missing character to form another phrase.

1) chèn 衬 / shān 衫 ; 汗 衫
2) ___ ; guǒ 果 zhī 汁
3) ___ fáng 房 ; jiān 间
4) xiàng 橡 pí 皮 ; ___
5) diàn 电 huà 话 ; ___
6) ___ ; là 蜡 bǐ 笔

15 Trace the characters.

一 𠂇 𠂉 车 ⻌车 连 连							
lián link	连	连	连	连	连		
丶 ㇇ 礻 礻 礻 礻 礻 衦 袜 袜							
wà socks	袜	袜	袜	袜	袜		

一 十 廾 廿 廿 芇 芇 芏 革 革 革 鞋 鞋 鞋 鞋

xié shoes	鞋						

丶 冫 氵 氵 汗 汗

hàn sweat	汗						

丶 冫 冫 冫 冫 冫 冫 凉 凉 凉

liáng cool	凉						

16 Highlight the sentences with different colours.

mèi 妹	mei 妹	jīn 今	tā 他	dài 戴	yǎn 眼	jìng 镜。
mei 妹	dì 弟	tiān 天	chuān 穿	lián 连	yī 衣	qún 裙。
ài 爱	di 弟	wài 外	gōng 公	bù 不	gōng 工	zuò 作。
kàn 看	jiǔ 九	wǒ 我	ài 爱	chī 吃	kuài 快	cān 餐。
shū 书。	suì 岁。	tā 他	yǎng 养	le 了	jīn 金	yú 鱼。

dì sì kè

第四课

1 Trace the characters.

丿 几 凡 风							
fēng wind	风	风	风	风	风		
一 丆 冂 币 币 雨 雨 雨							
yǔ rain	雨	雨	雨	雨	雨		

2 Circle the odd ones.

1) máo yī 毛衣 dà yī 大衣 shǒu tào 手套
2) wài gōng 外公 wài pó 外婆 dà tuǐ 大腿
3) cháng kù 长裤 duǎn kù 短裤 tóu fa 头发
4) tā men 它们 ā yí 阿姨 jiù jiu 舅舅
5) pí xié 皮鞋 liáng xié 凉鞋 wéi jīn 围巾
6) mǐ fàn 米饭 wǎn shang 晚上 jī dàn 鸡蛋
7) mào zi 帽子 chèn shān 衬衫 hàn shān 汗衫
8) lǐ táng 礼堂 cāo chǎng 操场 xióng māo 熊猫
9) juǎn fà 卷发 yǎn jìng 眼镜 zhí fà 直发
10) hàn yǔ 汉语 yīng yǔ 英语 míng zi 名字

3 Draw pictures and colour them.

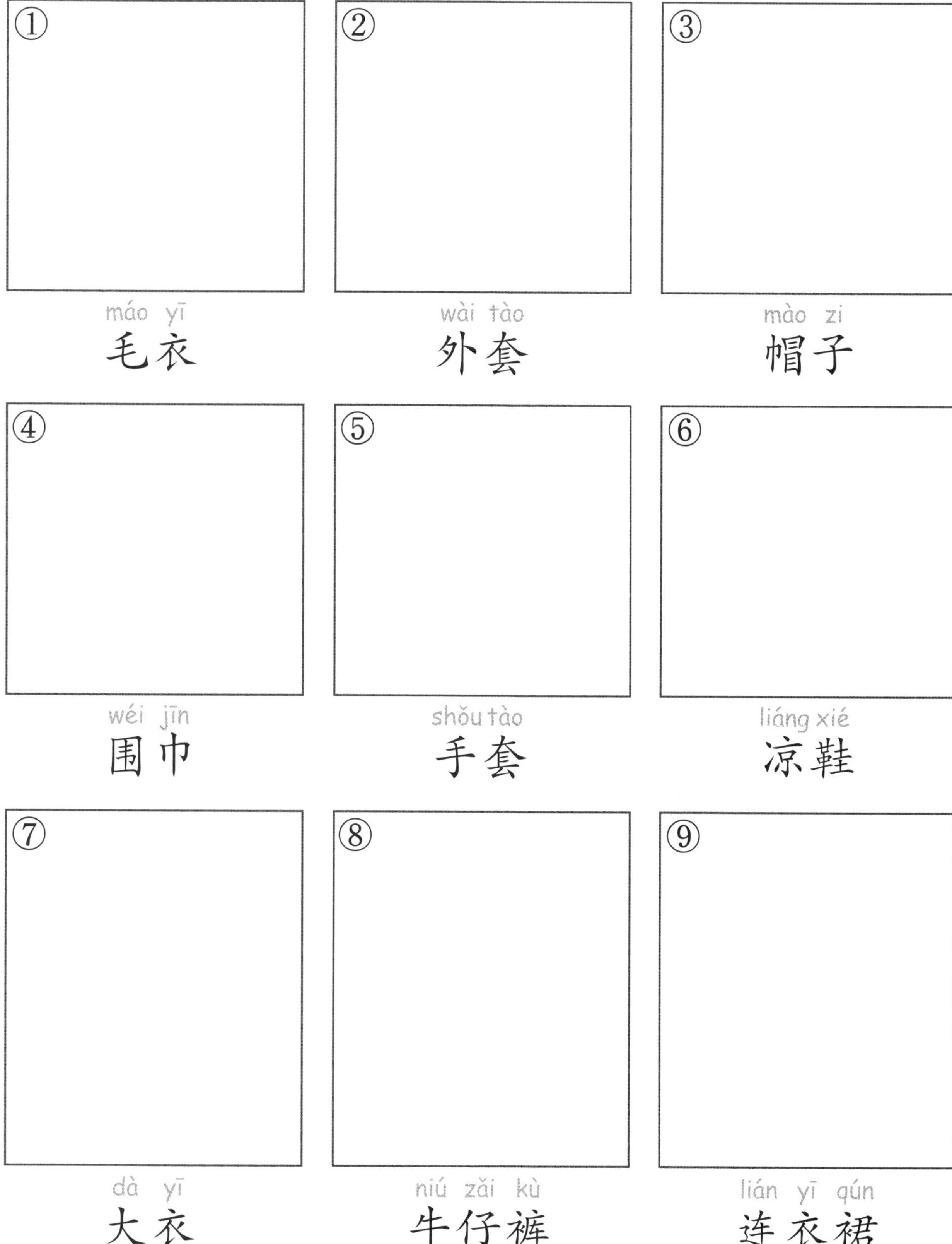

4 Write the radicals.

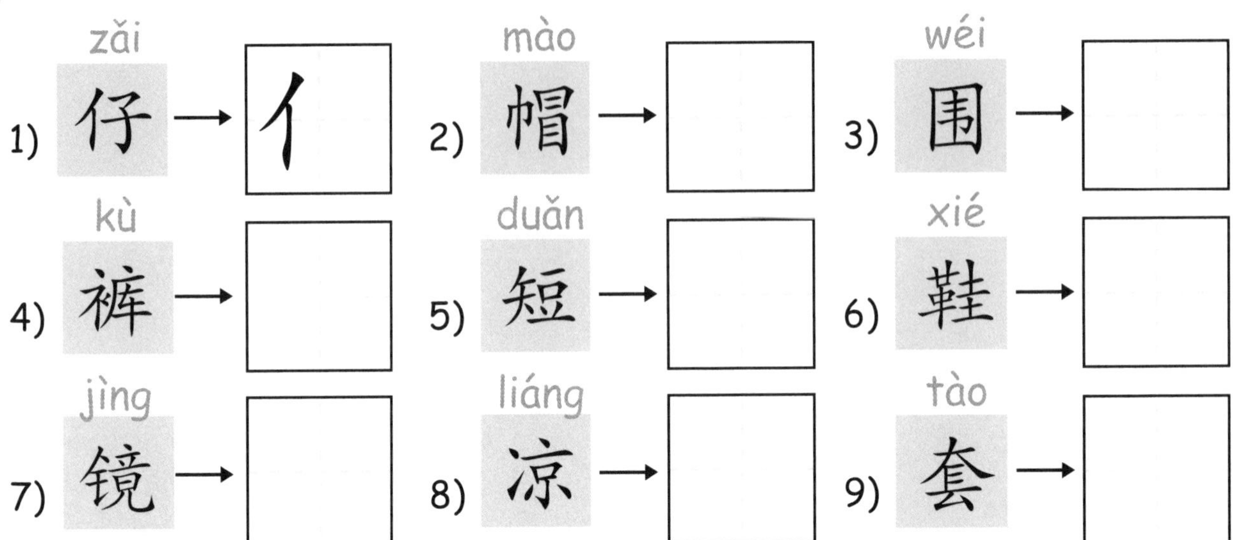

5 Connect the matching words.

6 Circle the phrases as required.

shǒu 手	wài 外	wéi 围	duǎn 短	cháng 长
tào 套	jīn 巾	lián 连	yī 衣	qún 裙
mào 帽	hàn 汗	shān 衫	xiào 校	fú 服
wà 袜	zi 子	niú 牛	zǎi 仔	kù 裤

1) gloves ✓
2) long skirt
3) dress
4) short skirt
5) scarf
6) socks
7) hat
8) school uniform
9) jeans
10) clothes

7 Fill in the blanks with the words in the box. Write the letters.

chuān	dài	qí	hē	huá	kàn	tī	chī
a) 穿	b) 戴	c) 骑	d) 喝	e) 滑	f) 看	g) 踢	h) 吃

mā ma yǎn jìng
1) 妈妈 b 眼镜。

gē ge xǐ huan bīng
2) 哥哥喜欢____冰。

bà ba xǐ huan niú zǎi kù
3) 爸爸喜欢____牛仔裤。

jiě jie xǐ huan diànyǐng
4) 姐姐喜欢____电影。

yé ye bù xǐ huan niú nǎi
5) 爷爷不喜欢____牛奶。

dì di xǐ huan zú qiú
6) 弟弟喜欢____足球。

nǎi nai xǐ huan miàntiáo
7) 奶奶喜欢____面条。

wǒ měi tiān mǎ
8) 我每天____马。

8 Connect the opposite words.

cháng 1) 长	ǎi a) 矮
zhí 2) 直	shòu b) 瘦
gāo 3) 高	duǎn c) 短
pàng 4) 胖	wǎn d) 晚
zǎo 5) 早	qǔ e) 曲

9 Count the strokes of each word.

tào
1) 套 10

máo
2) 毛 ____

mào
3) 帽 ____

wà
4) 袜 ____

zǎi
5) 仔 ____

liáng
6) 凉 ____

wéi
7) 围 ____

tā
8) 它 ____

10 Write the characters.

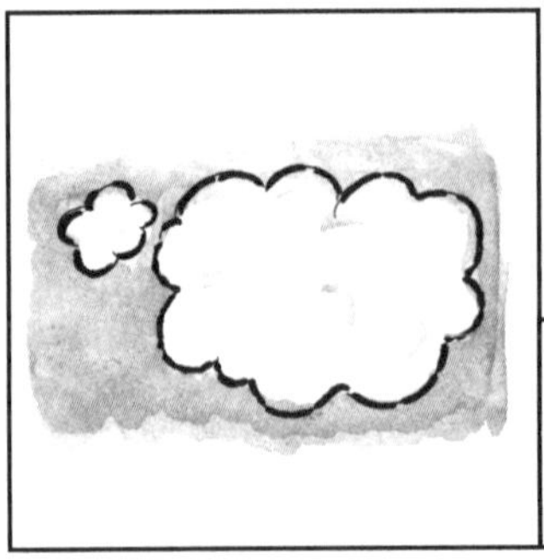

① zhí

qǔ ②

yún ③

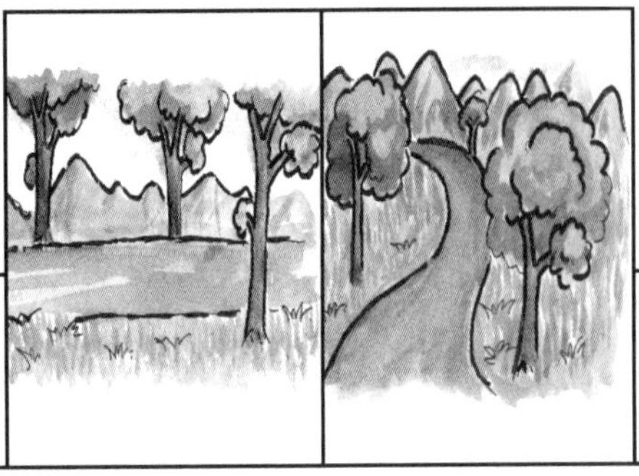

④ shí

⑤ rén

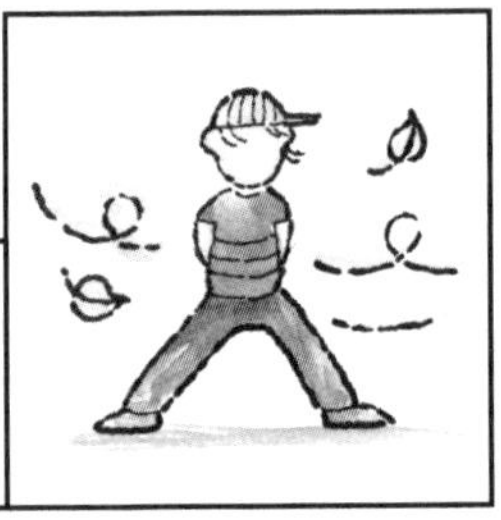

⑥ mù

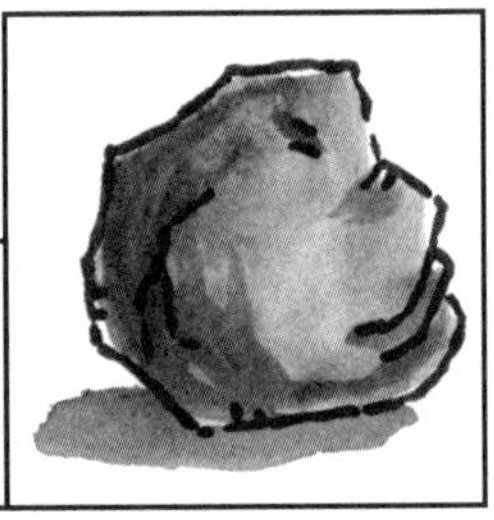

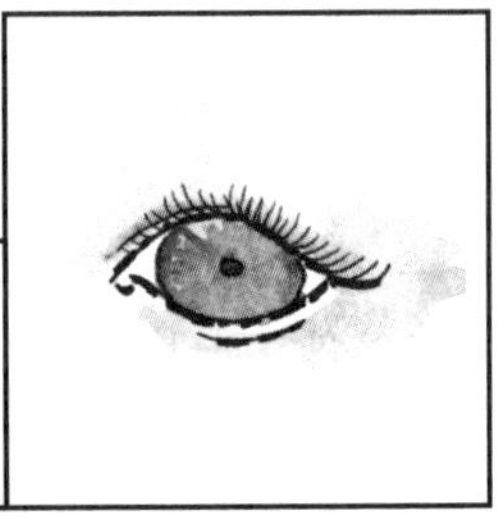

⑦ lì

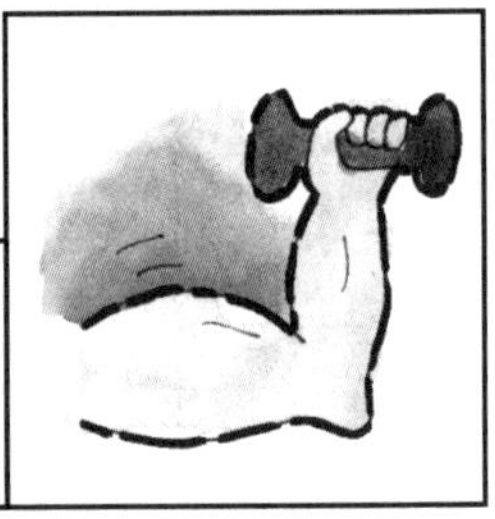

⑧ mù

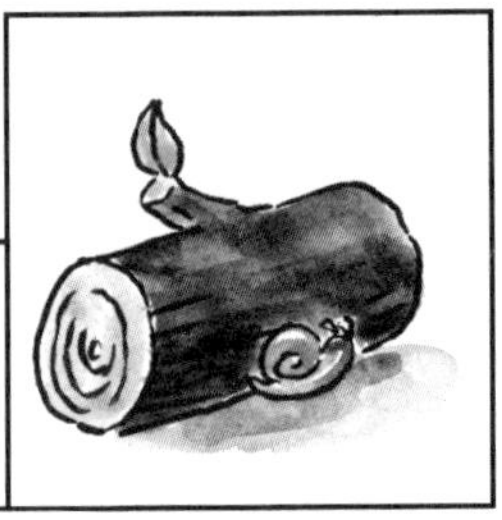

⑨ tián

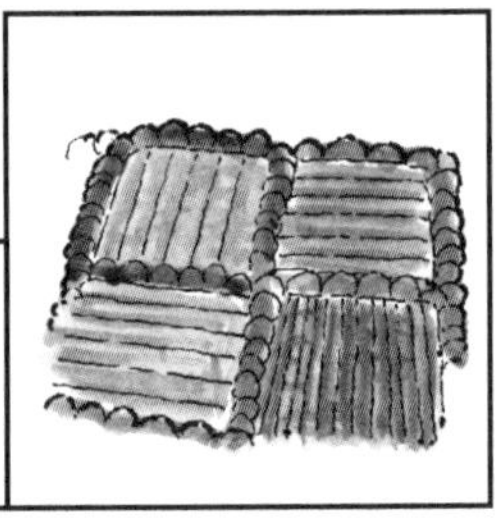

11 Fill in the missing character to form another phrase.

①

wài 外	公
pó 婆	

②

	wài 外
	tào 套

③

	máo 毛
	yī 衣

④

niú 牛	zǎi 仔	kù 裤

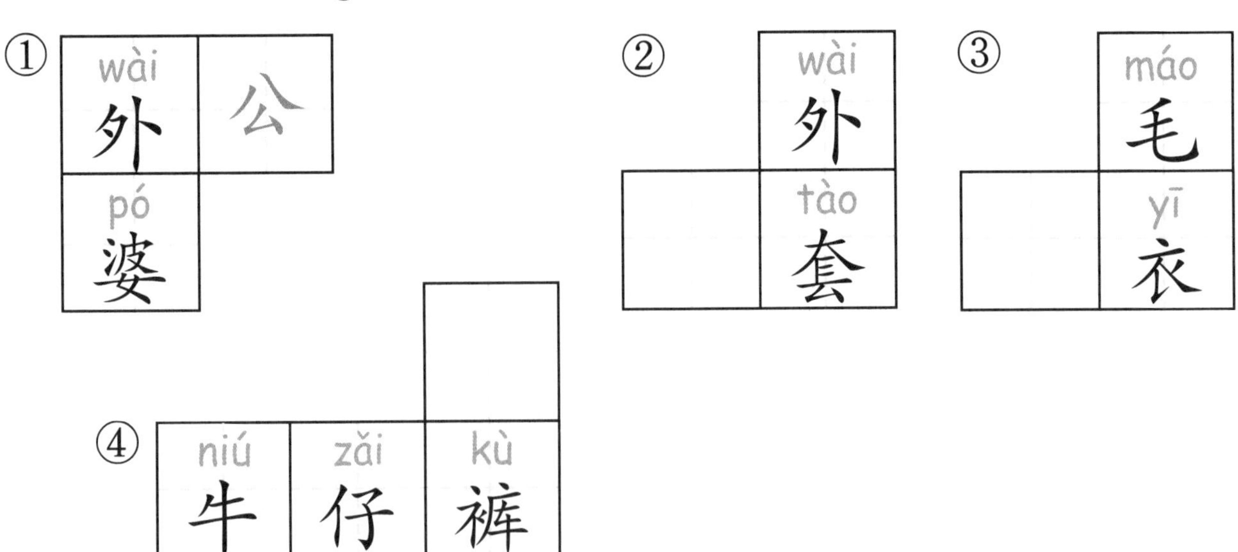

12 Organize the words to form a sentence.

1) 大衣(dà yī) 今天(jīn tiān) 穿(chuān) 弟弟(dì di)。→ 弟弟今天穿大衣。

2) 妹妹(mèi mei) 戴(dài) 喜欢(xǐ huan) 帽子(mào zi)。

→ ______

3) 牛仔裤(niú zǎi kù) 我(wǒ) 穿(chuān) 喜欢(xǐ huan)。

→ ______

4) 汗衫(hàn shān) 每天(měi tiān) 姐姐(jiě jie) 穿(chuān)。

→ ______

13 Draw the structure of each character.

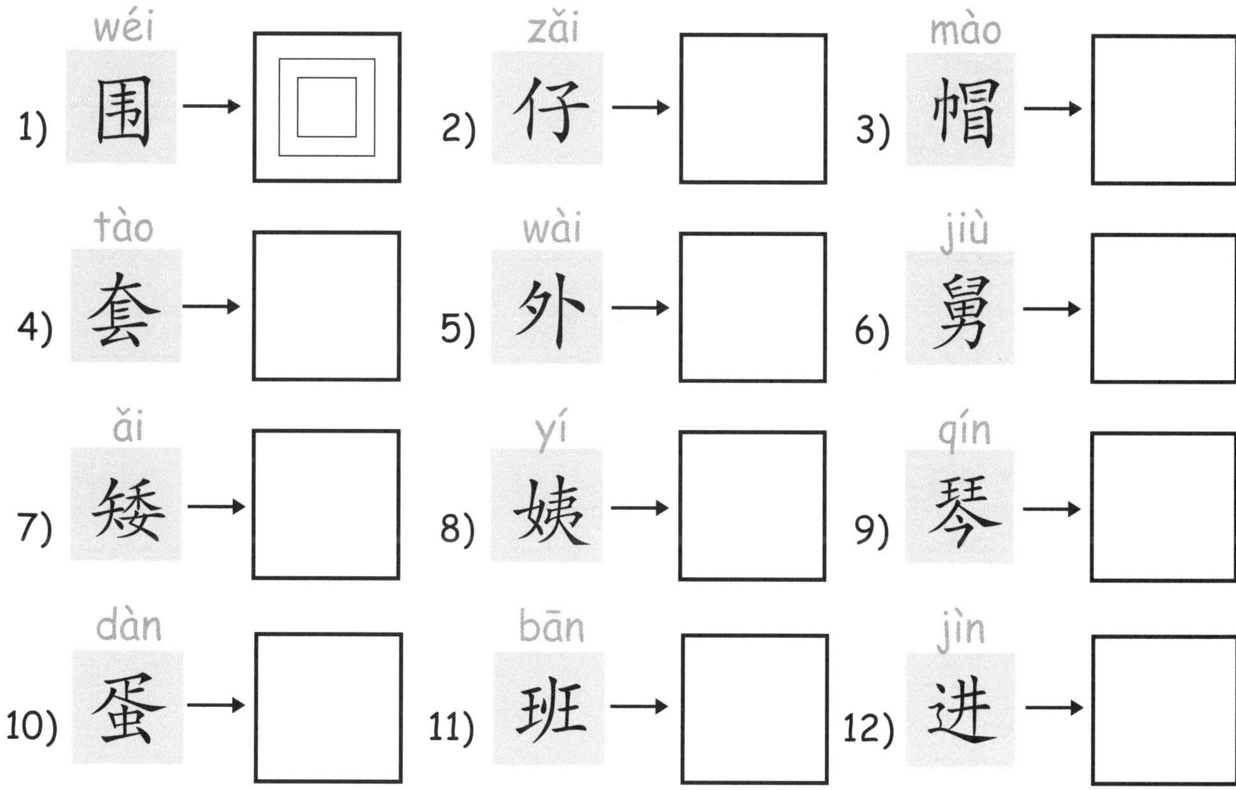

14 Change each sentence into a negative one.

mā ma ài chuān lián yī qún
1) 妈妈爱穿连衣裙。→妈妈不爱穿连衣裙。

jiù jiu de gè zi gāo
2) 舅舅的个子高。→

dì di xǐ huan kàn diàn shì
3) 弟弟喜欢看电视。→

bà ba dài yǎn jìng
4) 爸爸戴眼镜。→

15 Trace the characters.

丿 二 三 毛							
máo wool	毛	毛	毛	毛	毛		
一 ナ 大 太 夳 夳 夳 夳 套 套							
tào cover	套	套	套	套	套		
丿 亻 仁 仔 仔							
zǎi son	仔	仔	仔	仔	仔		

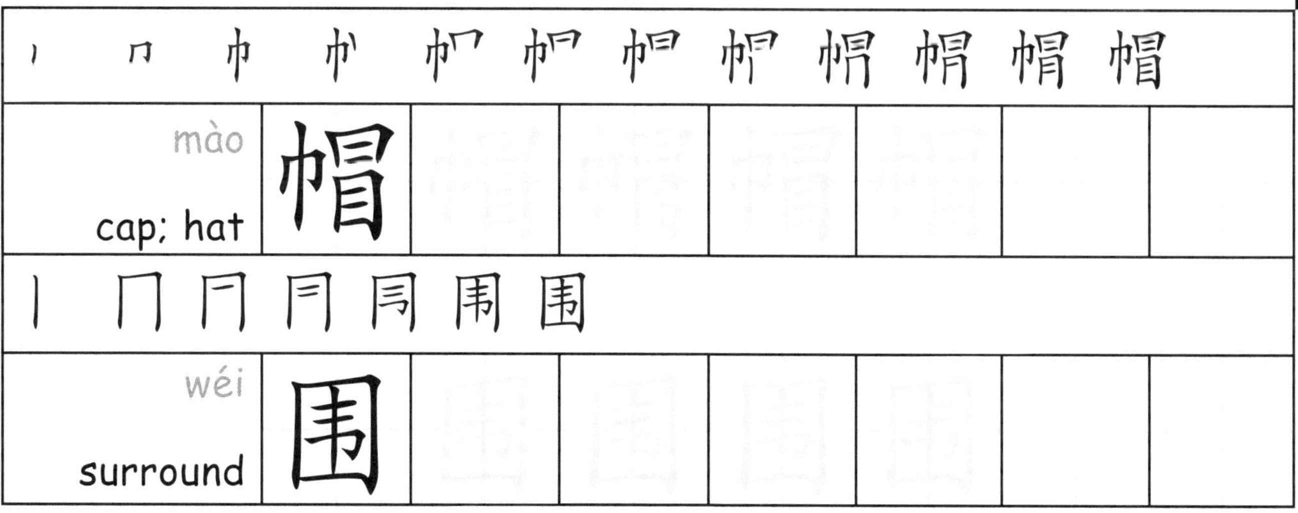

丨 冂 巾 巾 … 帽 帽 帽 帽							
mào cap; hat	帽	帽	帽	帽	帽		
丨 冂 冂 … 围							
wéi surround	围	围	围	围	围		

16 **Colour the pictures and write a sentence for each picture.**

①

②

③

dì wǔ kè
第五课

1 Trace the characters.

丶 亠 亣 立 立							
lì stand	立	立	立	立	立		
丨 山 山							
shān mountain	山	山	山	山	山		

2 Read aloud the following pinyin. Write the meaning of each phrase.

1) zōng sè brown
2) kě ài ______________
3) shēng rì ______________
4) shàng xué ______________
5) nǎi nai ______________
6) kē xué ______________
7) liǎng bǎi ______________
8) yǔ yán ______________
9) gōng zuò ______________
10) yǎn jìng ______________

3 Answer the questions according to the calendar.

二〇〇六年						一月
星期日	星期一	星期二	星期三	星期四	星期五	星期六
1	2	3	4	5	6	7
8	9	⑩ 今天	11	12	13	14
15	16	17	18	19	20	21
22	23	24	25	26	27	28
29	30	31				

jīn tiān xīng qī jǐ
1) 今天星期几？

今天星期二。

zuó tiān jǐ yuè jǐ hào
2) 昨天几月几号？

____

jīn tiān jǐ yuè jǐ hào
3) 今天几月几号？

____

míng tiān xīng qī jǐ
4) 明天星期几？

____

zuó tiān xīng qī jǐ
5) 昨天星期几？

____

míng tiān jǐ yuè jǐ hào
6) 明天几月几号？

____

4 Write the radicals.

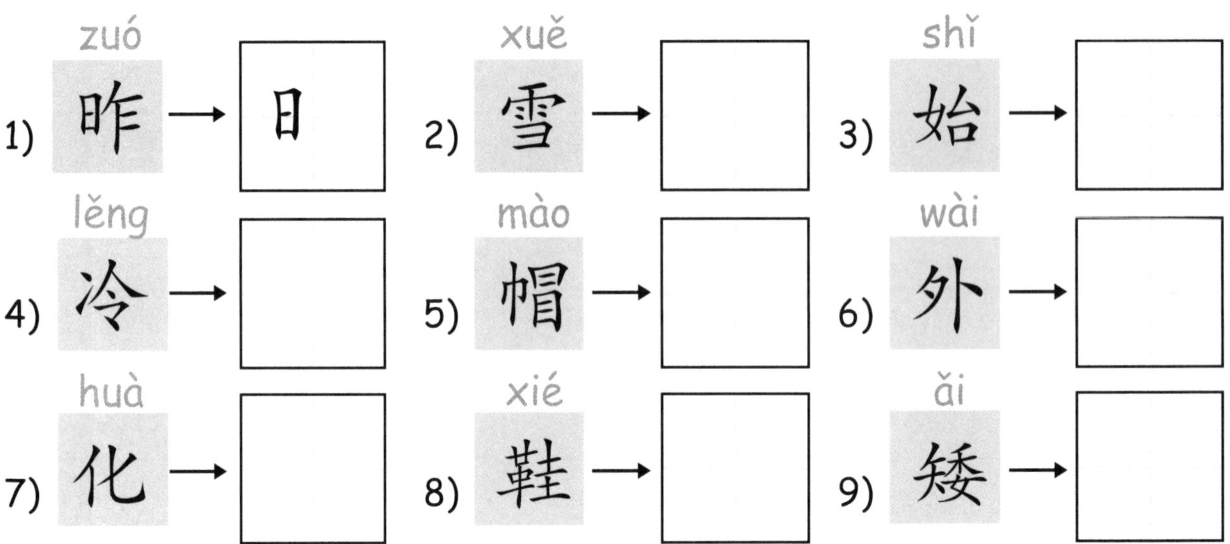

1) zuó 昨 → 日
2) xuě 雪 →
3) shǐ 始 →
4) lěng 冷 →
5) mào 帽 →
6) wài 外 →
7) huà 化 →
8) xié 鞋 →
9) ǎi 矮 →

5 Look, read and match.

c	1) lěng 冷
	2) rè 热
	3) xià yǔ 下雨
	4) xià xuě 下雪
	5) guā fēng 刮风
	6) xià dà yǔ 下大雨
	7) xià máo mao yǔ 下毛毛雨

a  b  c 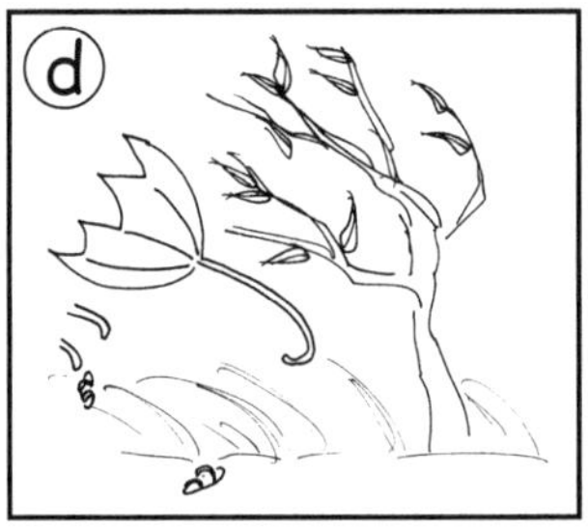 d  e  f  g

6 Write the Chinese numbers.

1) 26 二十六

2) 54

3) 78

4) 93

5) 100

6) 200

7 Choose a radical from the box to complete the character.

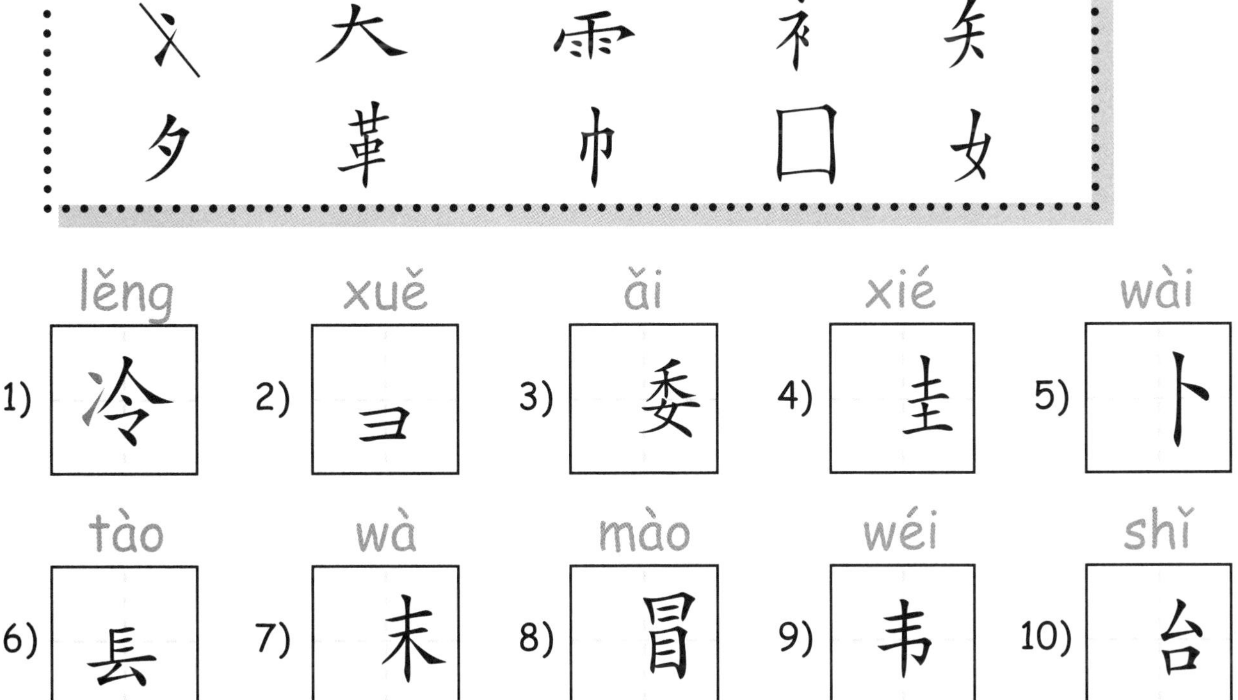

8 Write from a three-stroke character to a ten-stroke character.

大					雨		

9 Write the characters.

① chóng

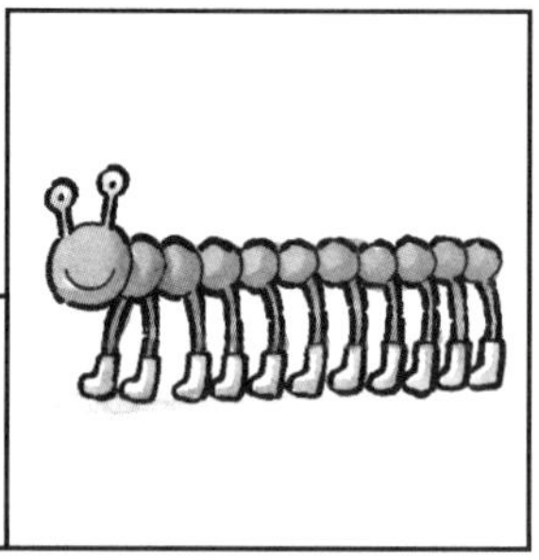

② yuè

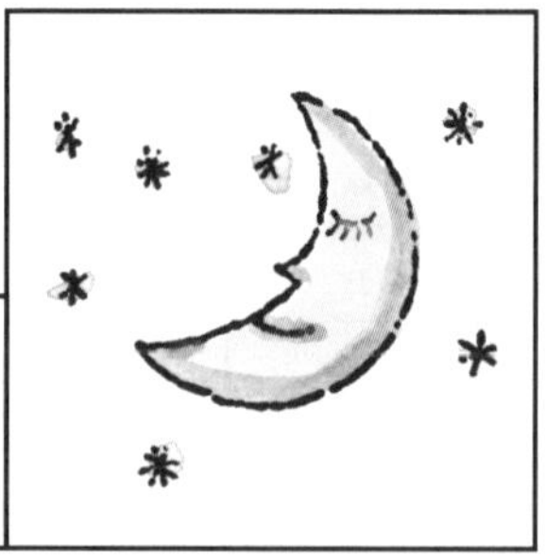

③ dāo

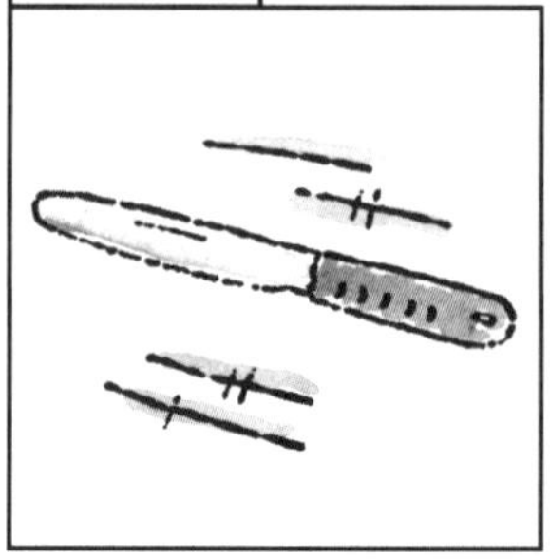

④ rì

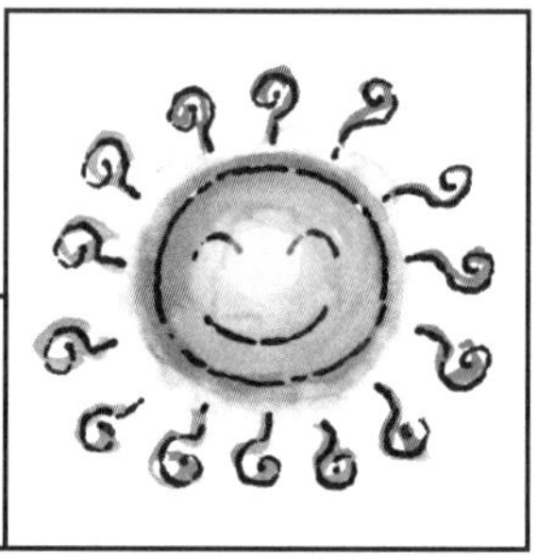

⑤ bèi

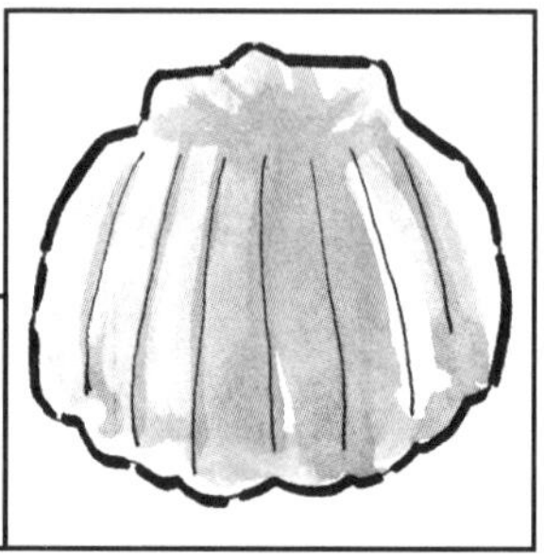

⑥ fēng

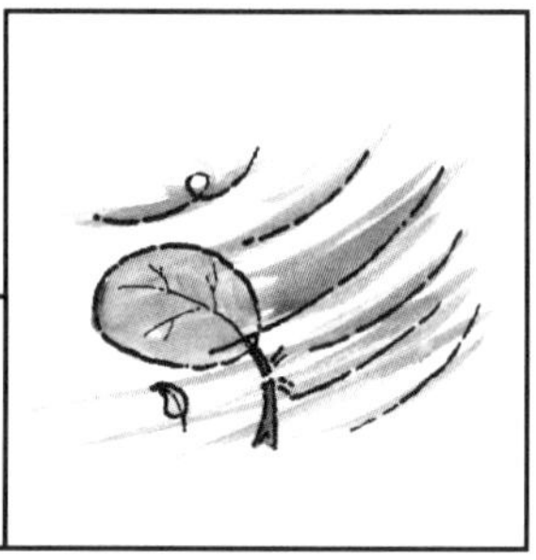

⑦ yǔ

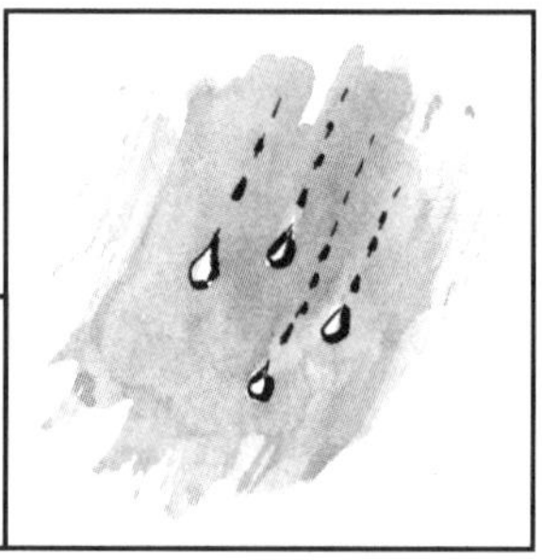

⑧ shuǐ

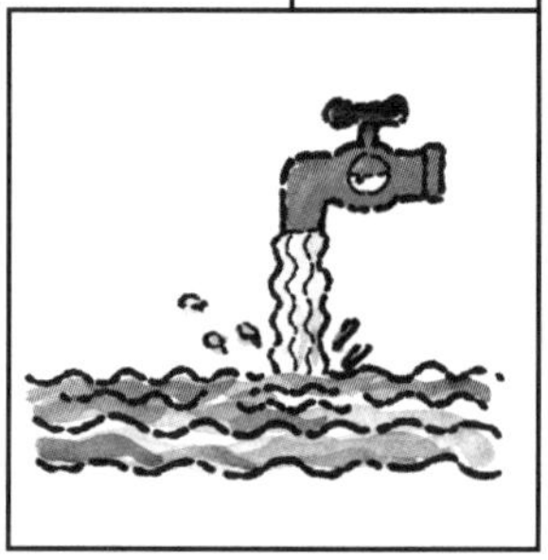

10 Add a word to make a phrase. You may write pinyin.

1) 下 (xià) 雨

2) ______ 套 (tào)

3) ______ 体 (tǐ)

4) 刮 (guā) ______

5) 开 (kāi) ______

6) 高 (gāo) ______

7) ______ 天 (tiān)

8) ______ 衣 (yī)

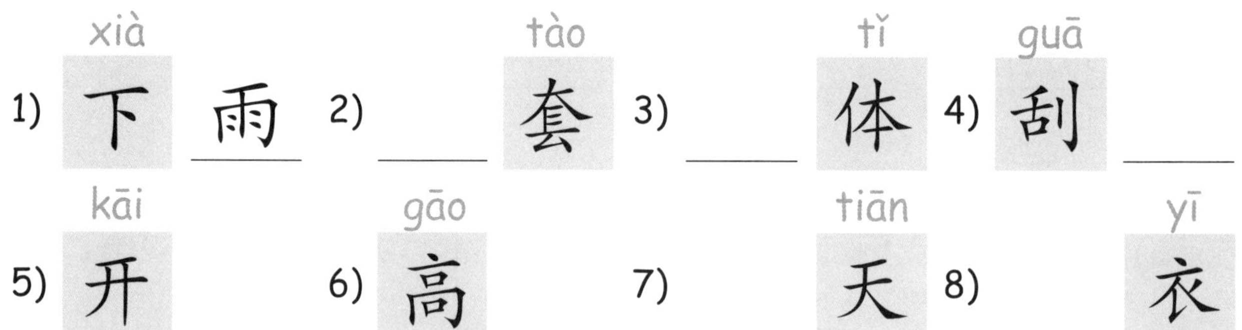

11 Add one stroke to make another character.

三	口	人	了	日	木	云	米

12 Write the characters.

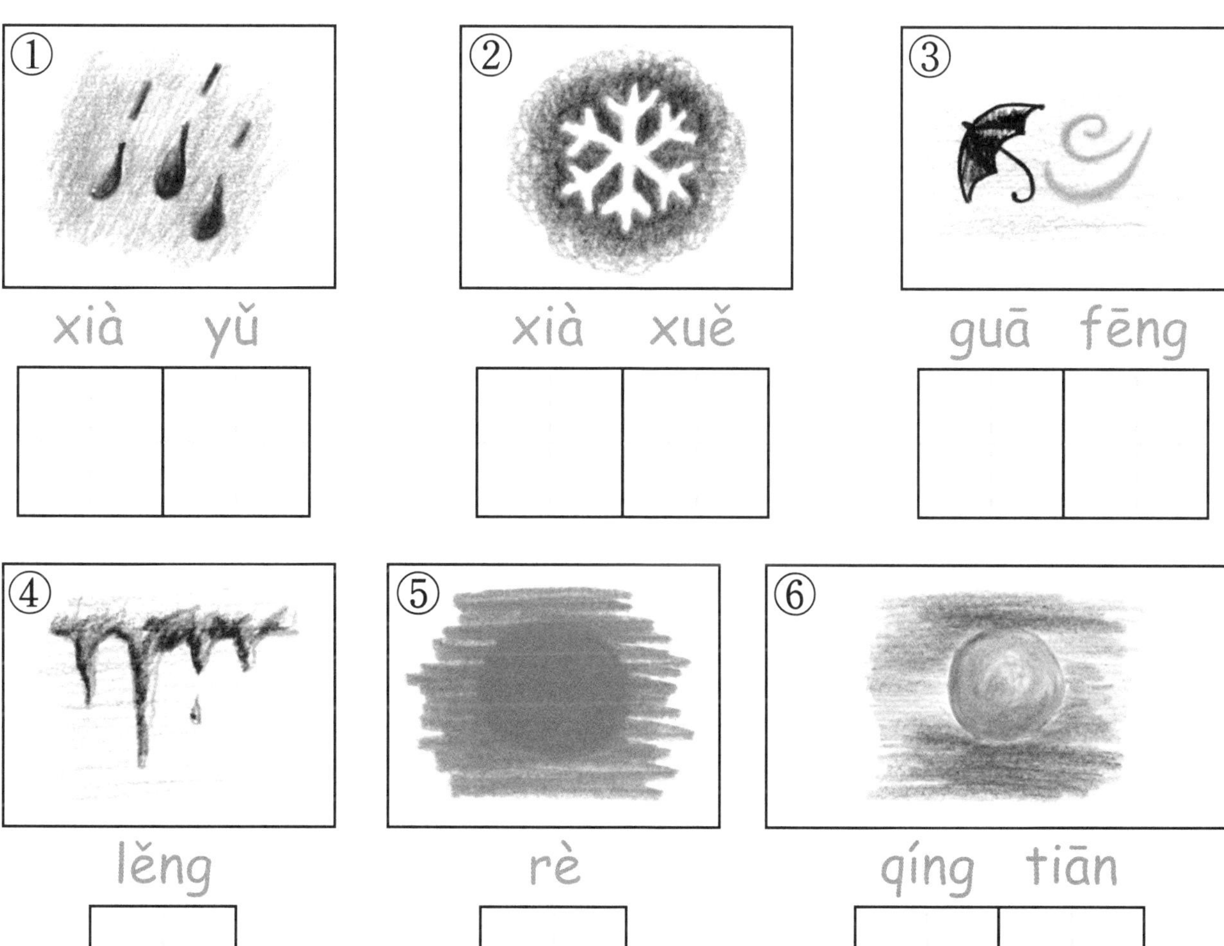

13 Draw a snowman with clothes and describe the picture.

小雪人穿

14 Fill in the blanks with the words in the box.

shén me a) 什么	nǎr b) 哪儿	zěn me c) 怎么	
duō shao d) 多少	jǐ e) 几	nǎ f) 哪	shuí g) 谁

nǐ jiào míng zi
1) 你叫 什么 名字？

nǐ men bān yǒu xué sheng
2) 你们班有______学生？

nǐ shì guó rén
3) 你是______国人？

nǐ yào ge píng guǒ
4) 你要______个苹果？

nǐ jiā yǒu kǒu rén
5) 你家有______口人？

nǐ shǔ
6) 你属______？

nǐ jiā yǒu
7) 你家有______？

xiàn zài diǎn
8) 现在______点？

nǐ měi tiān shàng xué
9) 你每天______上学？

nǐ men jiā zhù zài
10) 你们家住在______？

15 Trace the characters.

丨 冂 月 日 日' 旷 昨 昨 昨							
zuó yesterday	昨	昨	昨	昨	昨		
一 𠂆 𠃊 币 币 雨 雨 雪 雪 雪 雪							
xuě snow	雪	雪	雪	雪	雪		

丶 冫 冫 冫人 冫亼 冷 冷

lěng cold	冷	冷	冷	冷	冷		

丶 丷 ⺍ 龷 兴 兴

xìng excitement	兴	兴	兴	兴	兴		

丿 二 千 千 舌 舌 刮 刮

guā (of wind) blow	刮	刮	刮	刮	刮		

丿 亻 ⺆ 冃 自 身 身

shēn body	身	身	身	身	身		

一 二 于 开

kāi open; turn on	开	开	开	开	开		

く 女 女 女厶 女厶 女台 始 始

shǐ begin; start	始	始	始	始	始		

丿 亻 亻丿 化

huà melt	化	化	化	化	化		

dì liù kè
第六课

1 Trace the characters.

一 二 千 禾 禾							
hé crops	禾	禾	禾	禾	禾		
丿 𠂉 𠂇 竹 竹 竹							
zhú bamboo	竹	竹	竹	竹	竹		

2 Write the time in Chinese.

a) diǎn 点
b) kè 刻
c) fēn 分
d) bàn 半
e) líng 零

① 
② 
③ 

三点

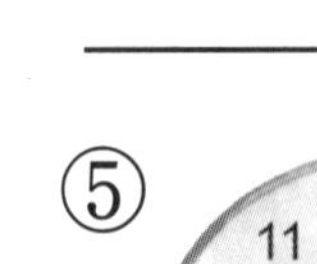

④ 
⑤ 
⑥ 

3 Circle the action words.

chuān 穿	lěng 冷	kàn 看	shuō 说	tán 弹	fēng 风	chī 吃	xuě 雪
yǔ 雨	qù 去	dài 戴	tī 踢	rè 热	huà 化	liáng 凉	dú 读

4 Connect the matching words.

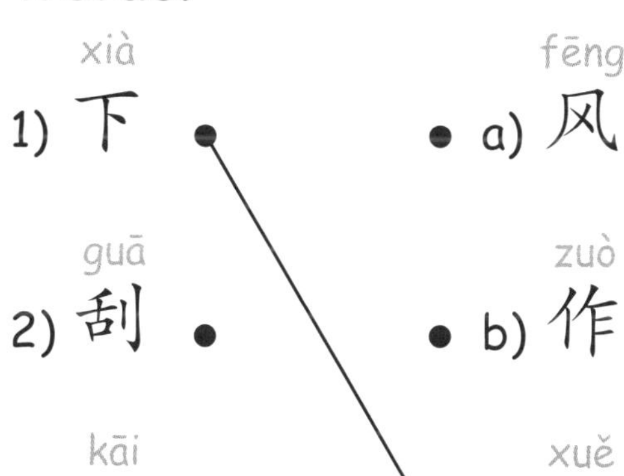

1) xià 下	a) fēng 风
2) guā 刮	b) zuò 作
3) kāi 开	c) xuě 雪
4) gōng 工	d) shū 书
5) kàn 看	e) shǐ 始
6) qí 骑	f) shuǐ 水
7) chǎo 炒	g) mǎ 马
8) hē 喝	h) miàn 面

5 Write the common radical.

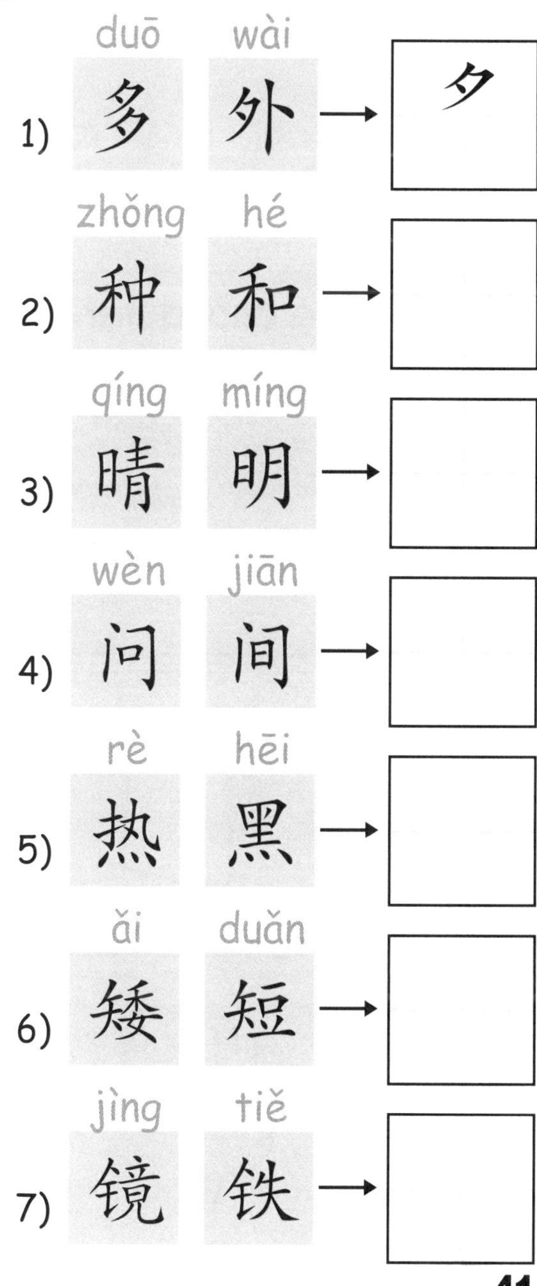

1) duō 多 wài 外 → 夕
2) zhǒng 种 hé 和 →
3) qíng 晴 míng 明 →
4) wèn 问 jiān 间 →
5) rè 热 hēi 黑 →
6) ǎi 矮 duǎn 短 →
7) jìng 镜 tiě 铁 →

6 Answer the follwing questions in Chinese or in pinyin.

1) jīn tiān jǐ yuè jǐ hào
今天几月几号？

____

2) jīn tiān xīng qī jǐ
今天星期几？

____

3) míng tiān xīng qī jǐ
明天星期几？

____

4) nǐ xǐ huan shén me tiān qì
你喜欢什么天气？

____

5) nǐ xǐ huan xià xuě tiān ma
你喜欢下雪天吗？

____

6) jīn tiān lěng ma
今天冷吗？

____

7 Write the characters.

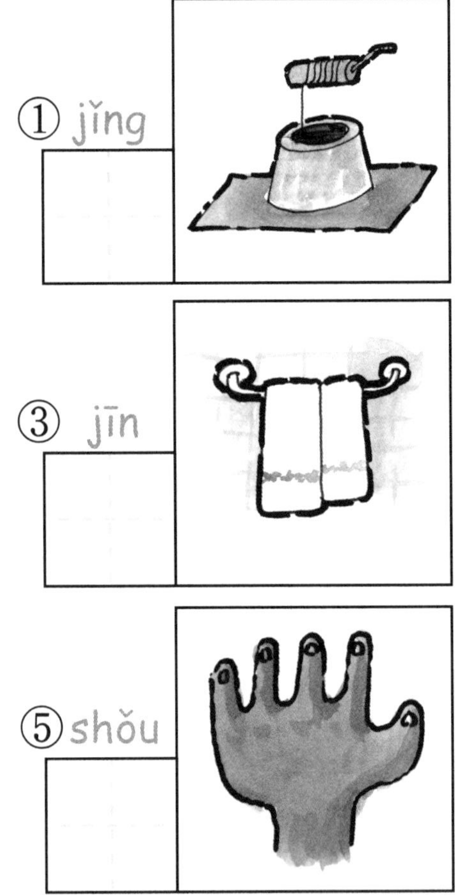

① jǐng

③ jīn

⑤ shǒu

② tóu

④ huǒ

⑥ shé

8 Read and match.

C	1) zǎo shang qī diǎn bàn 早上七点半	a	21:40
	2) zhōngwǔ shí èr diǎn yí kè 中午十二点一刻	b	15:05
	3) wǎn shang jiǔ diǎn sì shí fēn 晚上九点四十分	c	07:30
	4) shàngwǔ shí yī diǎn sān kè 上午十一点三刻	d	06:35
	5) xià wǔ sān diǎn líng wǔ fēn 下午三点零五分	e	12:15
	6) zǎo shang liù diǎn sān shí wǔ fēn 早上六点三十五分	f	11:45

9 Choose a radical from the box to complete the character.

亻 口 氵 日 门 女 雨 禾

1) huó 活
2) zhǒng 中
3) qíng 青
4) wèn 口
5) jiào 丩
6) xuě 彐
7) shǐ 台
8) huà 匕

10 Write in Chinese.

6:00 – 8:00 ① 早上 ______

8:00 – 12:00 ② ______

12:00 ③ ______

12:00 – 18:00 ④ ______

18:00 – 24:00 ⑤ ______

11 Answer the following questions.

nǐ zǎo shang jǐ diǎn qǐ chuáng

1) 你早上几点起床？

______

nǐ jǐ diǎn qù shàng xué

2) 你几点去上学？

______

nǐ men jǐ diǎn fàng xué

3) 你们几点放学？

______

nǐ yì bān jǐ diǎn shuì jiào

4) 你一般几点睡觉？

______

12 Count the strokes of each character.

1) wǔ 午 4	2) gàn 干 ____	3) rè 热 ____	4) huó 活 ____
5) qíng 晴 ____	6) hóu 猴 ____	7) jiào 叫 ____	8) wèn 问 ____

13 Read the sentences, draw pictures and colour them.

bà ba zài huāyuán li gànhuór
1) 爸爸在花园里干活儿。

mā ma zài chī fàn
2) 妈妈在吃饭。

jiě jie zài tán gāng qín
3) 姐姐在弹钢琴。

gē ge zài kàn shū
4) 哥哥在看书。

mèi mei zài kàn diàn shì
5) 妹妹在看电视。

dì di zài tī zú qiú
6) 弟弟在踢足球。

14 Write the characters.

15 Translate the following sentences.

nǎi nai jiào wǒ chuān dà jī
1) 奶奶叫我穿大衣。 ____________________

wài pó jiào wǒ shuō xiè xie
2) 外婆叫我说谢谢。 ____________________

mā ma jiào wǒ kuài qǐchuáng
3) 妈妈叫我快起床。 ____________________

lǎo shī jiào wǒ wèn bà ba
4) 老师叫我问爸爸。 ____________________

16 Answer the questions in picture form if you cannot write characters.

jīn tiān xià dà yǔ guā dà fēng
1) 今天下大雨，刮大风，
qì wēn zài shí èr dù zuǒ yòu
气温在十二度左右。
nǐ huì chuān shén me
你会穿什么？

jīn tiān tiān qíng hěn rè
2) 今天天晴，很热，
qì wēn zài sān shí wǔ dù zuǒ
气温在三十五度左
yòu nǐ huì chuān shén me
右。你会穿什么？

jīn tiān xià dà xuě hěn lěng
3) 今天下大雪，很冷，
qì wēn zài líng xià èr shí dù zuǒ yòu
气温在零下二十度左右。
nǐ huì chuān shén me dài shén me
你会穿什么？戴什么？

17 Read aloud the following pinyin. Write the meaning of each phrase.

1) zǐ sè purple
2) jiào shì ______
3) shù xué ______
4) fǎ yǔ ______
5) qù nián ______
6) rì běn ______
7) tóng xué ______
8) xiàn zài ______
9) zhōng guó ______
10) yì bān ______

18 Circle the odd ones.

1) 热 (rè) 冷 (lěng) 问 (wèn)
2) 上午 (shàng wǔ) 上课 (shàng kè) 上班 (shàng bān)
3) 零 (líng) 雨 (yǔ) 雪 (xuě)
4) 高兴 (gāo xìng) 晴天 (qíng tiān) 多云 (duō yún)
5) 裙 (qún) 裤 (kù) 礼 (lǐ)
6) 踢球 (tī qiú) 鸡蛋 (jī dàn) 干活儿 (gàn huór)
7) 穿 (chuān) 戴 (dài) 卷 (juǎn)
8) 昨天 (zuó tiān) 明天 (míng tiān) 生日 (shēng rì)
9) 吃 (chī) 短 (duǎn) 长 (cháng)
10) 凉鞋 (liáng xié) 眼镜 (yǎn jìng) 袜子 (wà zi)

19 Trace the characters.

一 十 大 太							
tài too	太	太	太	太	太		
一 二 干							
gàn do; work	干	干	干	干	干		
丶 丶 氵 氵 氵 汗 汗 活 活							
huó work	活	活	活	活	活		
丿 二 千 千 禾 禾 和 和 种							
zhǒng kind; type	种	种	种	种	种		
丨 冂 月 日 日 日 日 日 日 晴 晴 晴							
qíng sunny; clear	晴	晴	晴	晴	晴		
丶 丨 门 门 问 问							
wèn ask	问	问	问	问	问		

1 Trace the characters.

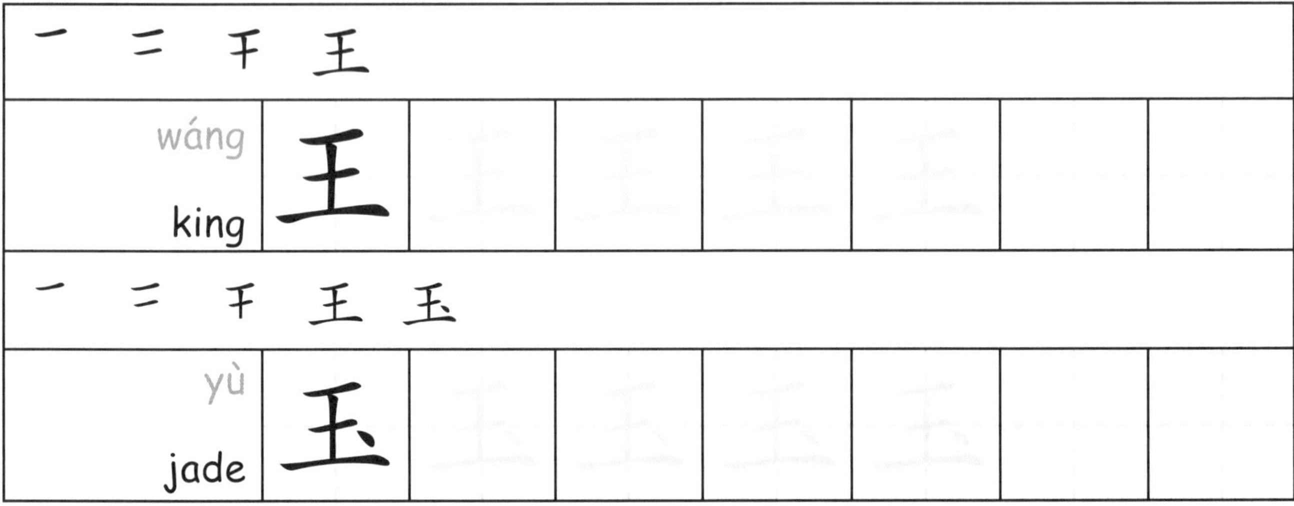

2 Write the county names in Chinese or in pinyin.

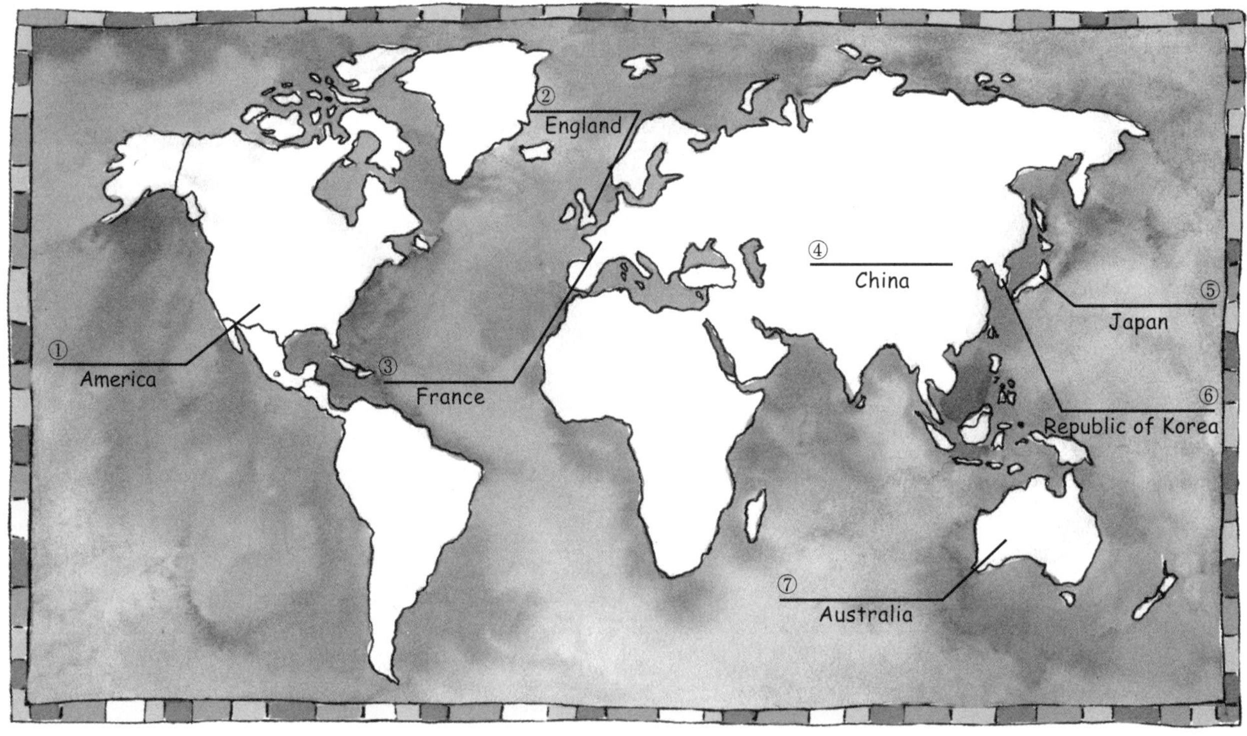

3 Draw the structure of each character.

1) dì 第 → □
2) yīn 音 → □
3) zhī 知 → □
4) dào 道 → □
5) qǐ 起 → □
6) wèn 问 → □
7) lèi 累 → □
8) xiè 谢 → □
9) xié 鞋 → □

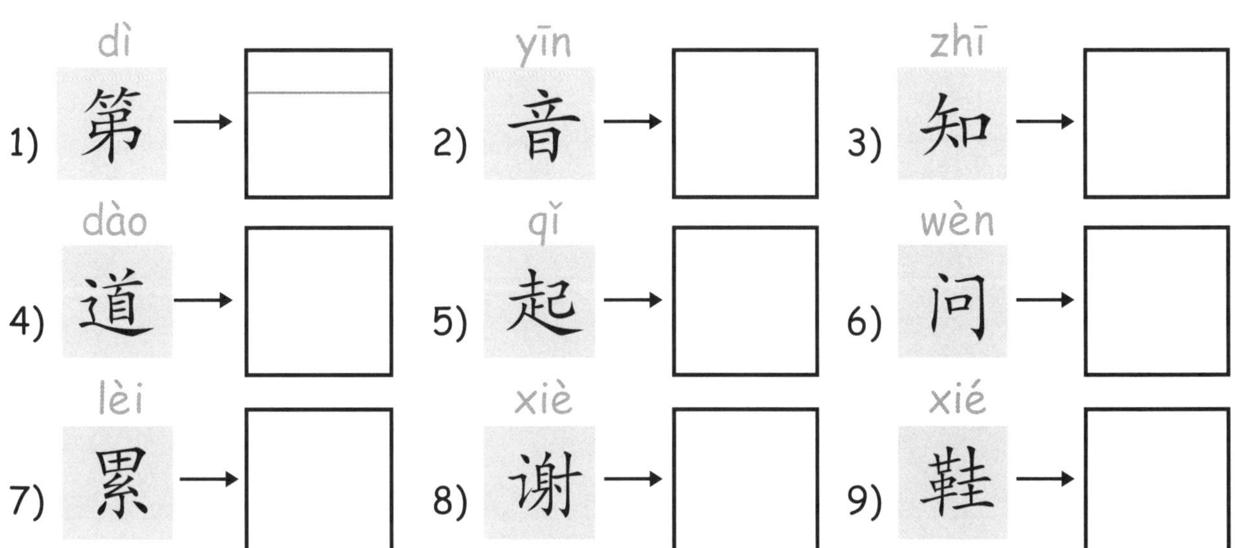

4 Read the phrases, draw pictures and colour them.

① měi shù 美术

② yīn yuè 音乐

③ kē xué 科学

④ shù xué 数学

⑤ tǐ yù 体育

⑥ diàn nǎo 电脑

5 **Answer the questions. You may write pinyin if you cannot write characters.**

nǐ jīn nián jǐ suì nǐ shàng jǐ nián jí

1) 你今年几岁？你上几年级？

____

nǐ huì shuō shén me yǔ yán

2) 你会说什么语言？

____

nǐ jīn tiān shàng jǐ jié kè nǐ xǐ huan shàng shén me kè

3) 你今天上几节课？你喜欢上什么课？

____

nǐ men hàn yǔ bān yǒu duō shao xué sheng tā men dōu shì nǎ guó rén

4) 你们汉语班有多少学生？他们都是哪国人？

____

6 **Read aloud the following pinyin. Write the meaning of each phrase.**

1) cāo chǎng playground 2) lǐ táng ________

3) qǐ chuáng ________ 4) xiào chē ________

5) zuò xia ________ 6) dì tiě ________

7) shàng bān ________ 8) dù chuán ________

7 Match the place with the Chinese.

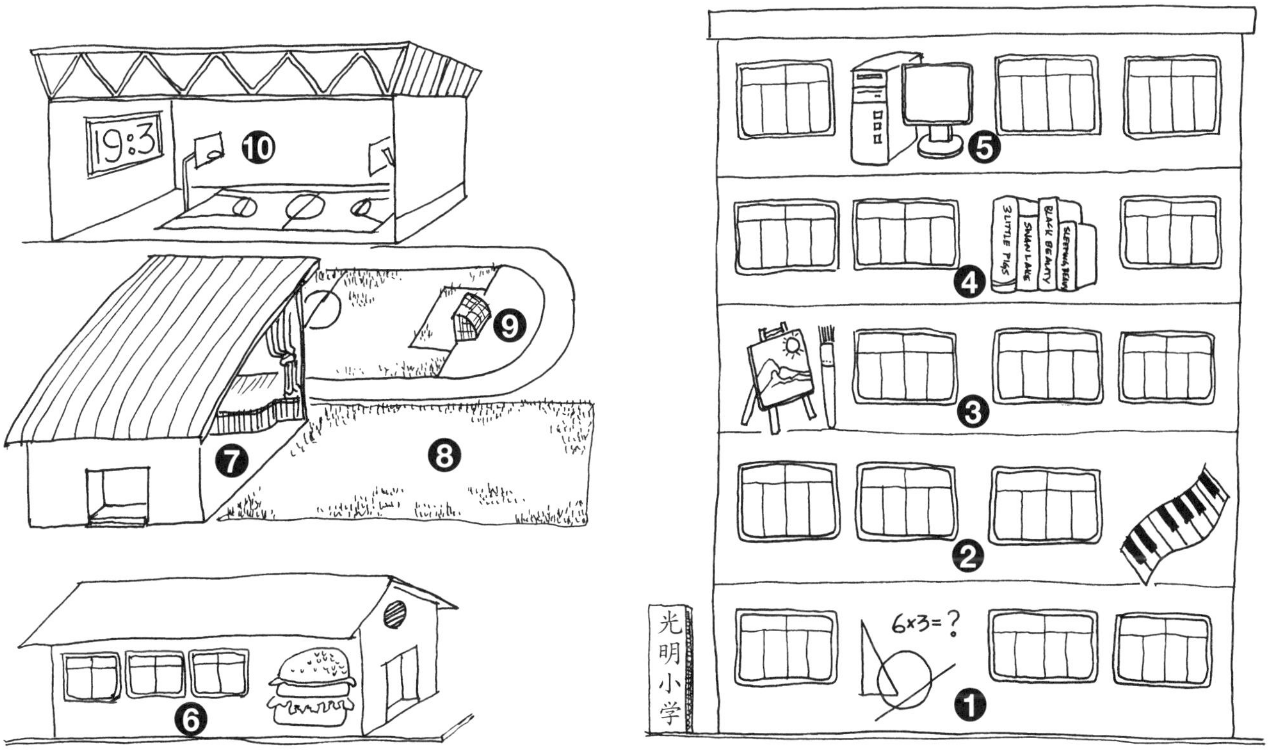

[1] jiào shì 教室	[ ] cāo chǎng 操场	[ ] lǐ táng 礼堂	[ ] tǐ yù guǎn 体育馆	[ ] tú shū guǎn 图书馆
[ ] diàn nǎo shì 电脑室	[ ] měi shù shì 美术室	[ ] yīn yuè shì 音乐室	[ ] zú qiú chǎng 足球场	[ ] fàn tīng 饭厅

8 Write the radicals.

1) huó 活 → 氵
2) dì 第 → [ ]
3) zhī 知 → [ ]
4) dào 道 → [ ]
5) lèi 累 → [ ]
6) měi 美 → [ ]
7) kē 科 → [ ]
8) nǎo 脑 → [ ]
9) zuó 昨 → [ ]

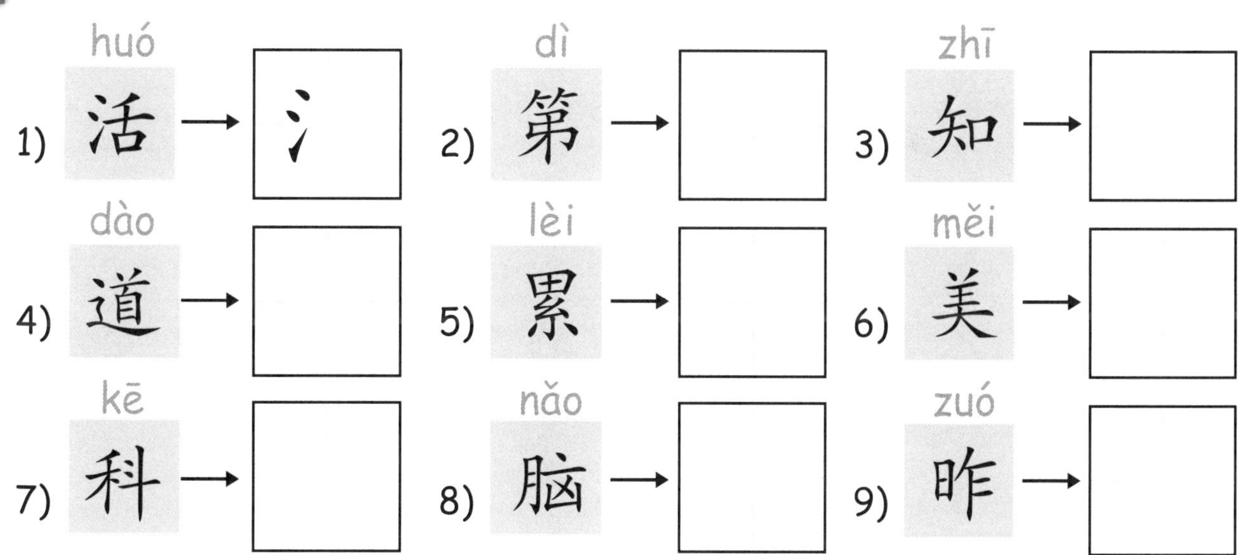

9 Draw your school uniform and colour it. Write a few sentences to describe it.

nán shēng huò nǚ shēng de xiào fú
男生或女生的校服

____

____

____

____

____

10 Circle the phrases as required.

shàng 上	xià 下	zhī 知	xiào 校	chē 车
měi 美	kè 课	dao 道	yī 衣	fu 服
shù 术	běn 本	yīn 音	diàn 电	shì 视
kē 科	xué 学	sheng 生	yuè 乐	nǎo 脑

1) attend class ✓

2) the lesson is over

3) art

4) science

5) know

6) music

7) computer

8) student

11 Answer the following questions in Chinese or in pinyin.

nǐ zhī dao nǐ jiā de diàn huà hào mǎ ma
1) 你知道你家的电话号码吗？

____

nǐ zhī dao nǐ bà ba jīn tiān jǐ diǎn xià bān ma
2) 你知道你爸爸今天几点下班吗？

____

nǐ zhī dao nǐ men jiā jīn tiān wǎn fàn chī shén me ma
3) 你知道你们家今天晚饭吃什么吗？

____

nǐ zhī dao nǐ men xué xiào yǒu duōshao ge hàn yǔ lǎo shī ma
4) 你知道你们学校有多少个汉语老师吗？

____

nǐ zhī dao jīn tiān qì wēn duōshao dù ma
5) 你知道今天气温多少度吗？

____

nǐ zhī dao míng tiān huì xià yǔ ma
6) 你知道明天会下雨吗？

____

12 Choose the words in the box to make phrases.

1) 

2) 

3) 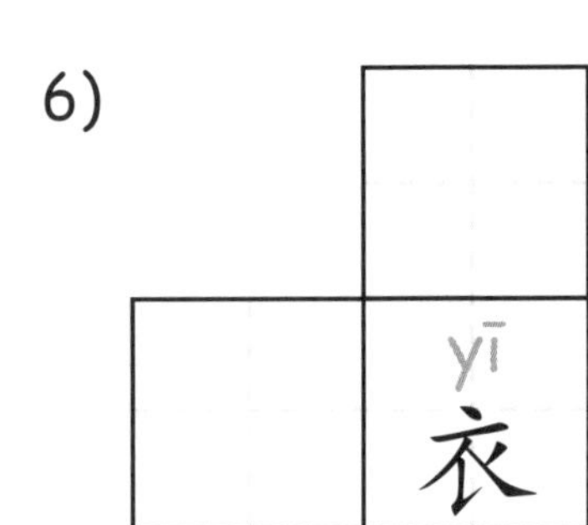

4) tào 套

5) yǎn 眼

6) yī 衣

13 Trace the characters.

一 十 艹 节 节							
jié measure word	节	节	节	节	节		
丶 讠 讠 讵 讵 诏 诏 课 课 课							
kè class; period	课	课	课	课	课		

丿 𠂉 ⺮ 𥫗 ⺮ ⺮ 笃 笃 笃 第 第

dì indicating ordinal numbers	第						

一 十 才 木 术

shù art; skill	术						

丶 亠 亠 立 立 产 音 音 音

yīn sound; voice	音						

㇒ ⺁ 乐 乐 乐

yuè music	乐						

丿 𠂉 ⺧ 午 矢 矢 知 知

zhī know	知						

丶 丷 䒑 䒑 产 首 首 首 首 首 道 道

dào say	道						

丨 冂 冂 田 田 田 罒 罒 罒 累 累

lèi tired	累						

dì bā kè
第八课

1 Trace the characters.

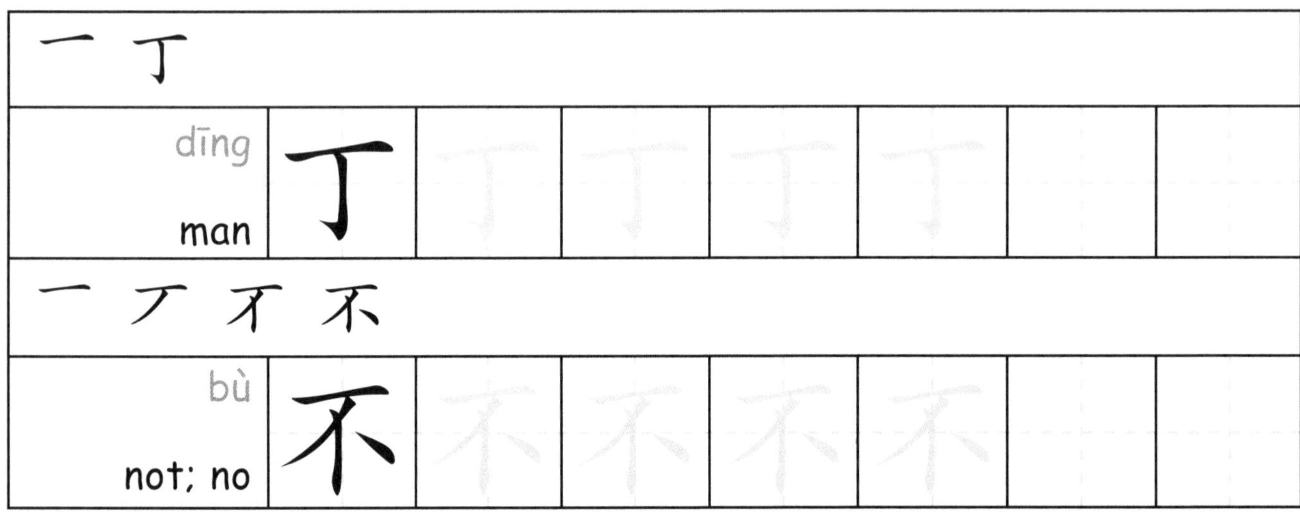

一 丁							
dīng man	丁	丁	丁	丁	丁		
一 丆 不 不							
bù not; no	不	不	不	不	不		

2 Draw pictures and colour them.

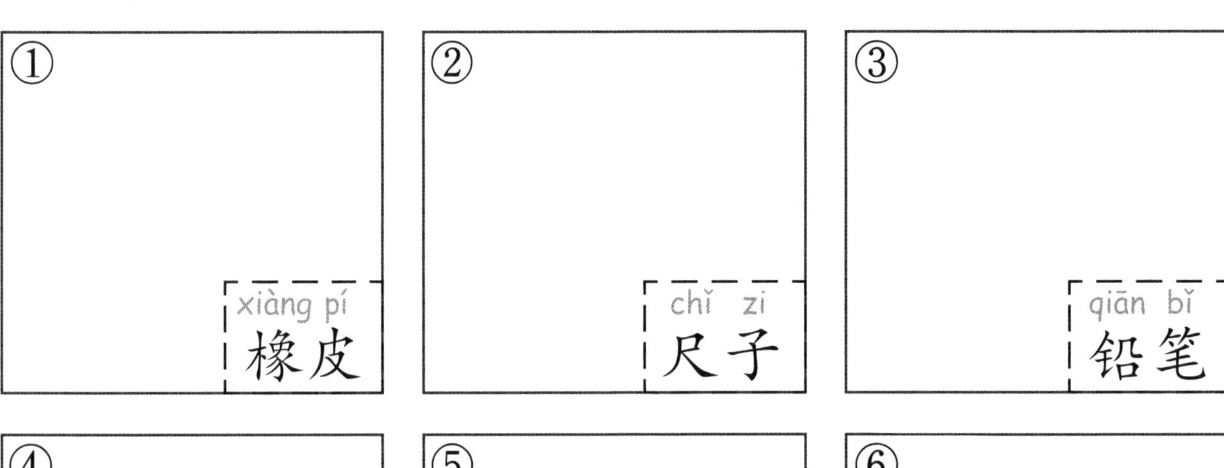

3 Write the common part.

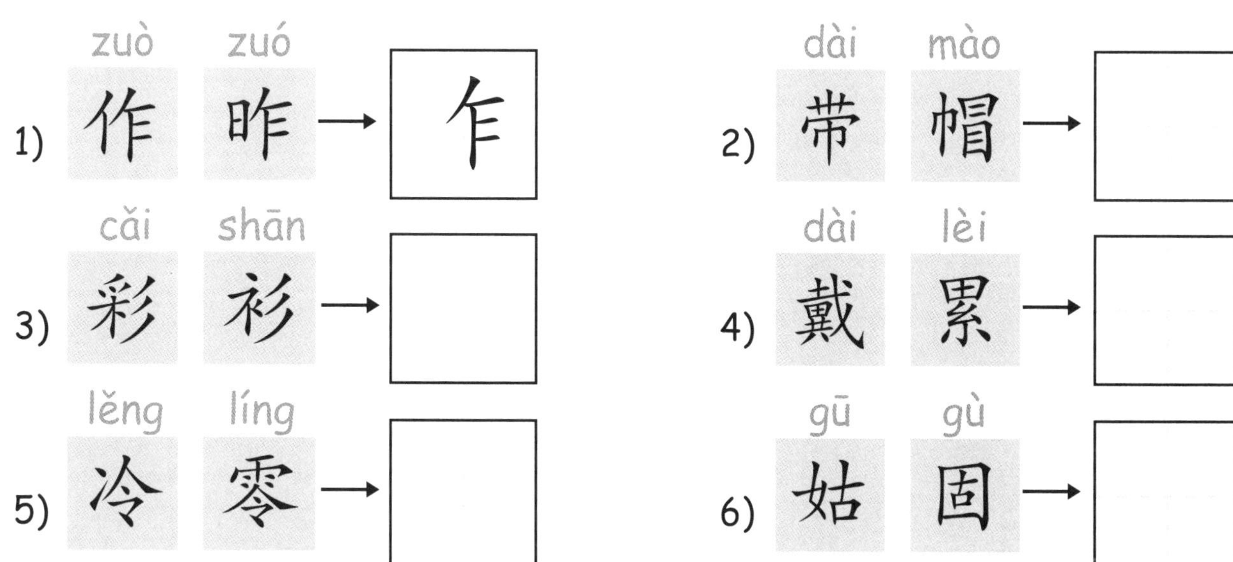

4 Answer the following questions.

nǐ de shēng rì shì jǐ yuè jǐ hào
1) 你的生日是几月几号？ ______________________

nǐ nǎ nián chū shēng
2) 你哪年出生？ ______________________

nǐ jīn nián jǐ suì
3) 你今年几岁？ ______________________

nǐ shàng jǐ nián jí
4) 你上几年级？ ______________________

nǐ jīn tiān chuān xiào fú ma
5) 你今天穿校服吗？ ______________________

nǐ huì shuō shén me yǔ yán
6) 你会说什么语言？ ______________________

nǐ xǐ huan shàng shén me kè
7) 你喜欢上什么课？ ______________________

nǐ xǐ huan nǎ ge lǎo shī
8) 你喜欢哪个老师？ ______________________

5 Read the phrases, draw pictures and colour them.

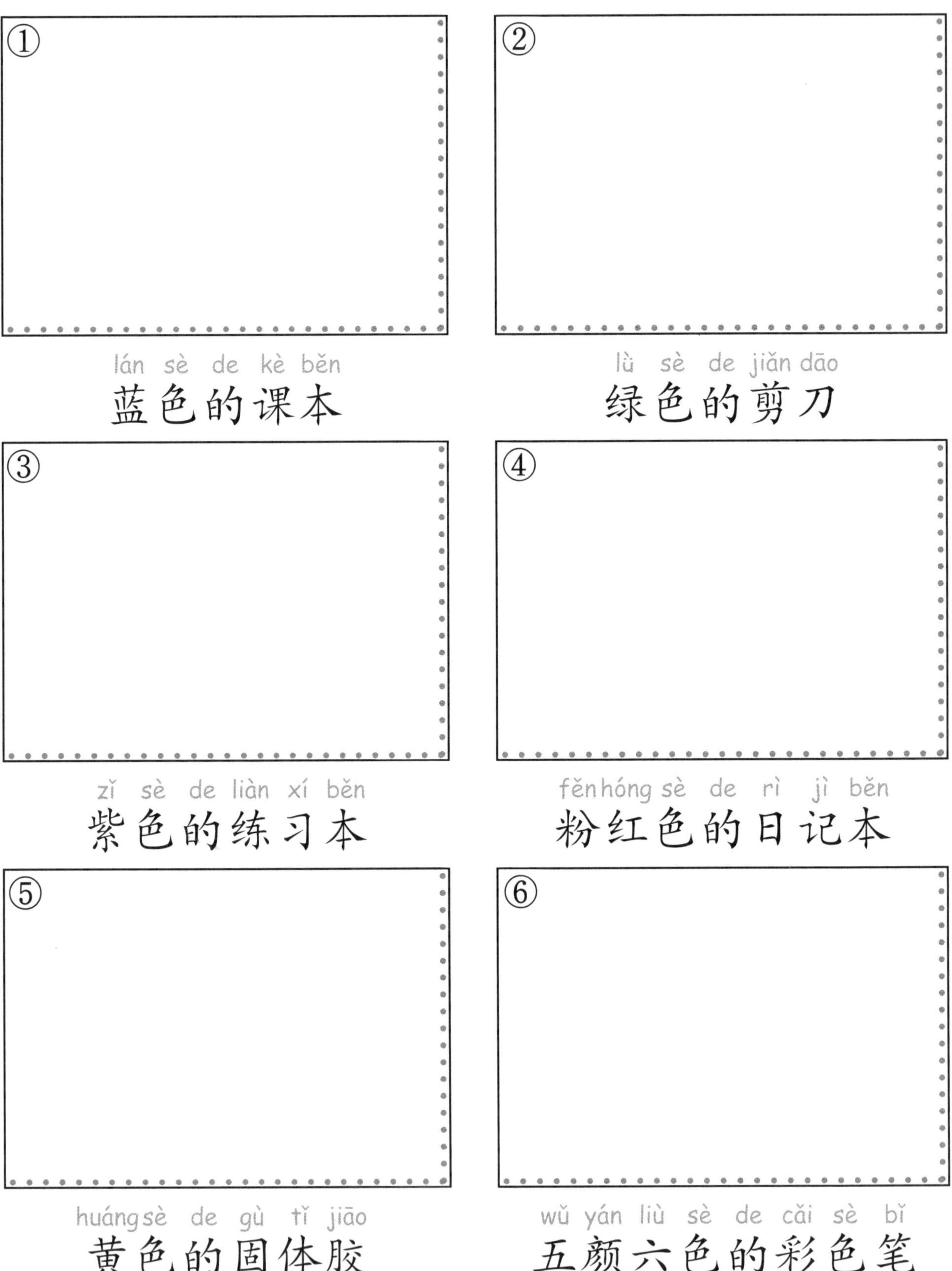

6 Complete the sentences.

wǒ xìng　　　　　　　　wǒ jiào
1) 我姓 ________，我叫 ________

wǒ xǐ huan yǎng
2) 我喜欢养 ________

wǒ xiǎng
3) 我想 ________

wǒ yǒu
4) 我有 ________

wǒ cháng cháng
5) 我常常 ________

7 Fill in the blanks with the measure words in the box.

kē	ge	kǒu	zhǒng	tiáo	jiān	zhī	jié
a) 颗	b) 个	c) 口	d) 种	e) 条	f) 间	g) 只	h) 节

sì　yá chǐ 1) 四 颗 牙齿	wǔ　rén 2) 五 ____ 人	liù　kè 3) 六 ____ 课
shí　yú 4) 十 ____ 鱼	sān　wò shì 5) 三 ____ 卧室	liǎng　māo 6) 两 ____ 猫
sān　yǔ yán 7) 三 ____ 语言	yí　lǎo shī 8) 一 ____ 老师	wǔ　qún zi 9) 五 ____ 裙子
yì　jǐng 10) 一 ____ 井	sì　píng guǒ 11) 四 ____ 苹果	yí　diàn shì jī 12) 一 ____ 电视机

8 Write the characters.

① dòu

② lì

③ shān

④ zhú

⑤ hé

⑥ yù

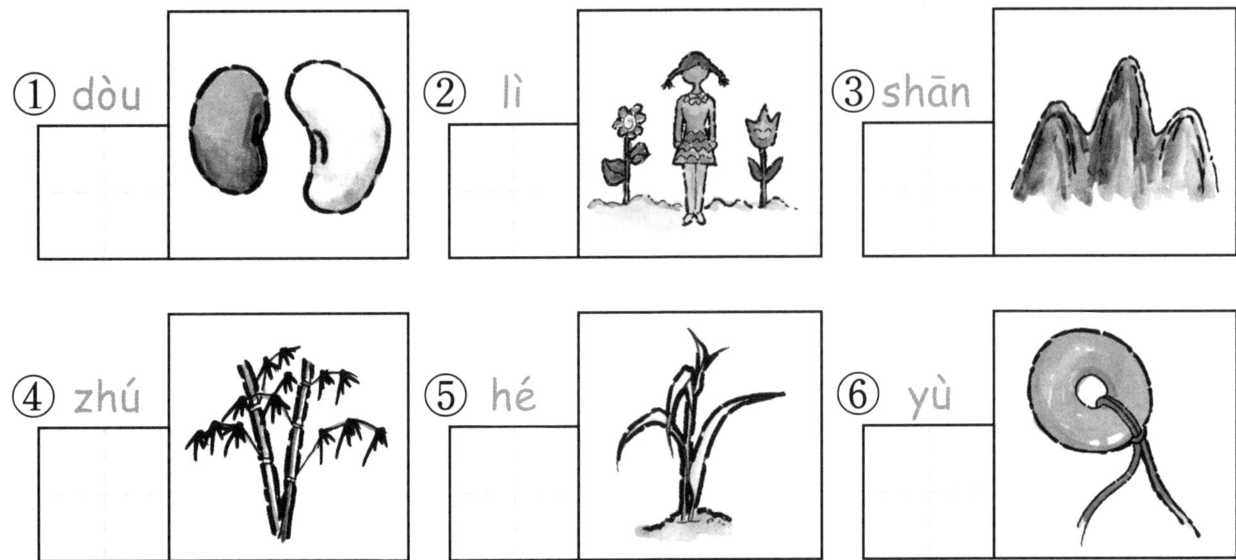

9 Draw your school bag and the things in it.

10 Add a word to make a phrase. You may write pinyin.

1) kè 课 本　2) jiǎn 剪 ____　3) hěn 很 ____　4) dōng 东 ____

5) péng 朋 ____　6) xià 下 ____　7) duō 多 ____　8) tiān 天 ____

11 Circle the phrases as required.

shàng 上	xué 学	rì 日	cǎi 彩	sè 色
xià 下	kè 课	jì 记	yǔ 语	juǎn 卷
liàn 练	xí 习	běn 本	qiān 铅	bǐ 笔
gù 固	tǐ 体	jiāo 胶	jiǎn 剪	dāo 刀

1) diary ✓

2) textbook

3) exercise book

4) glue stick

5) pencil sharpener

6) scissors

7) attend class

12 Circle the odd ones.

1) guā fēng 刮风　jiǎn dāo 剪刀　juǎn bǐ dāo 卷笔刀

2) rì běn 日本　liàn xí běn 练习本　rì jì běn 日记本

3) měi shù 美术　dōng xi 东西　yīn yuè 音乐

4) zhī dao 知道　cǎi sè bǐ 彩色笔　gù tǐ jiāo 固体胶

5) kè běn 课本　qiān bǐ 铅笔　kě lè 可乐

6) dì yī 第一　dì di 弟弟　jiù jiu 舅舅

13 Match the picture with the Chinese.

1 kè běn 课本	cǎi sè bǐ 彩色笔	rì jì běn 日记本	liàn xí běn 练习本
chǐ zi 尺子	máo bǐ 毛笔	gāng bǐ 钢笔	juǎn bǐ dāo 卷笔刀
qiān bǐ 铅笔	gù tǐ jiāo 固体胶	pí xié 皮鞋	xiàng pí 橡皮
wén jù hé 文具盒	cài dāo 菜刀	jiǎn dāo 剪刀	shū bāo 书包

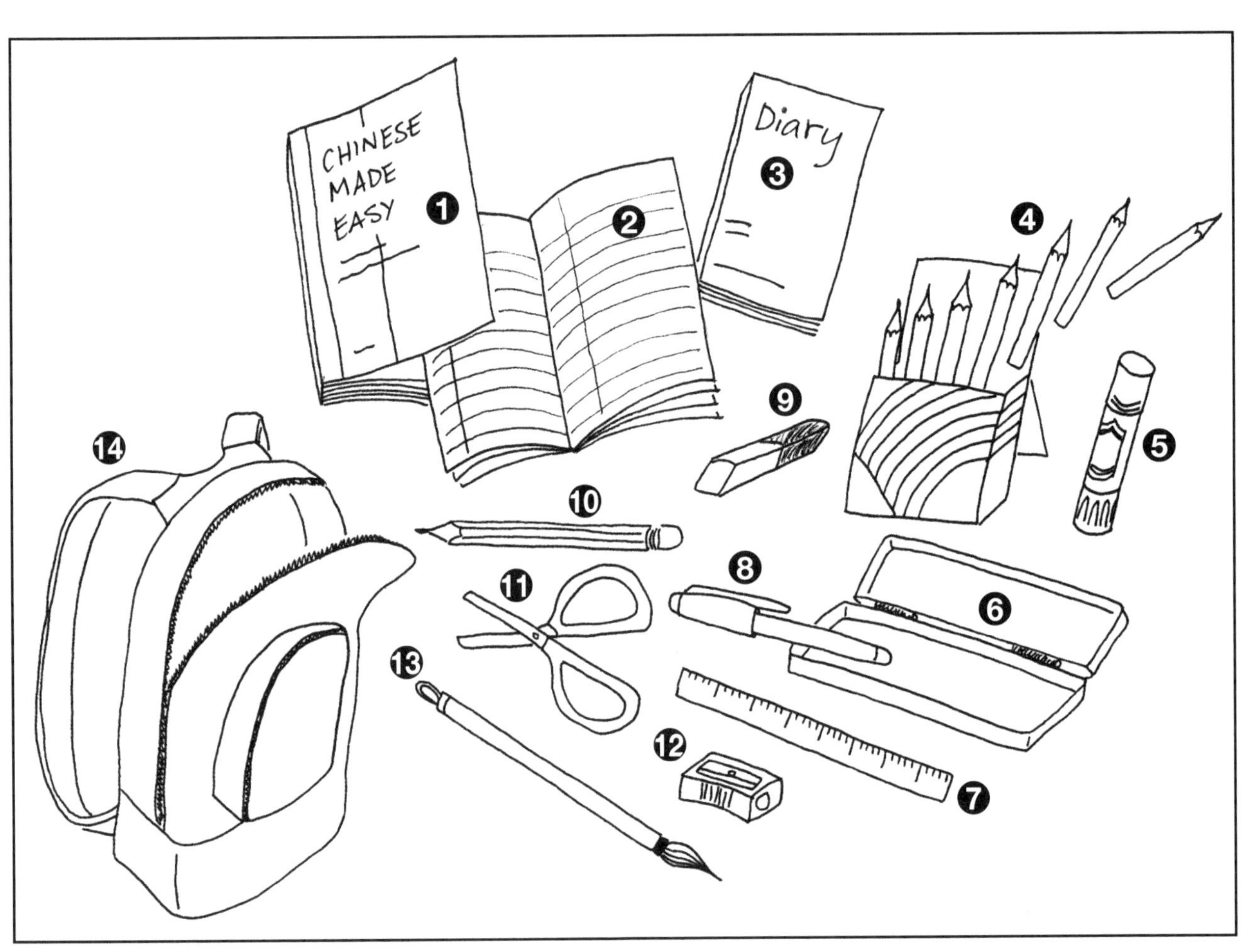

14 Circle the phrases which belong to the same category.

Clothing	duǎn kù 短裤	wài tào 外套	máo yī 毛衣	yǎn jìng 眼镜	péng you 朋友
Weather	zhōng wǔ 中午	xià yǔ 下雨	xià xuě 下雪	shàng kè 上课	guā fēng 刮风
Stationery	gàn huór 干活儿	jiǎn dāo 剪刀	qiān bǐ 铅笔	juǎn bǐ dāo 卷笔刀	zhī dao 知道
School subjects	yīn yuè 音乐	měi shù 美术	tǐ yù 体育	qíng tiān 晴天	hàn yǔ 汉语
Parts of the body	dà tuǐ 大腿	yǎn jing 眼睛	bí zi 鼻子	liáng xié 凉鞋	zuǐ ba 嘴巴
Family members	wài gōng 外公	wài pó 外婆	wéi jīn 围巾	ā yí 阿姨	jiù jiu 舅舅

15 Organize the words to form a sentence.

1) shū bāo 书包 yǒu 有 li 里 wén jù hé 文具盒。→

____

2) wǒ 我 tā 他 zhōng guó rén 中国人 zhī dao 知道 shì 是。→

____

3) jiào 叫 mā ma 妈妈 wǒ 我 dài 戴 mào zi 帽子。→

____

4) yǒu 有 tā 他 liàn xí běn 练习本 wǔ běn 五本。→

____

16 Fill in the missing character to form another phrase.

1)

rì	jì	běn
日	记	本

2)

gù	tǐ	jiāo
固	体	胶

3)

juǎn	bǐ	dāo
卷	笔	刀

4)

cǎi	sè	bǐ
彩	色	笔

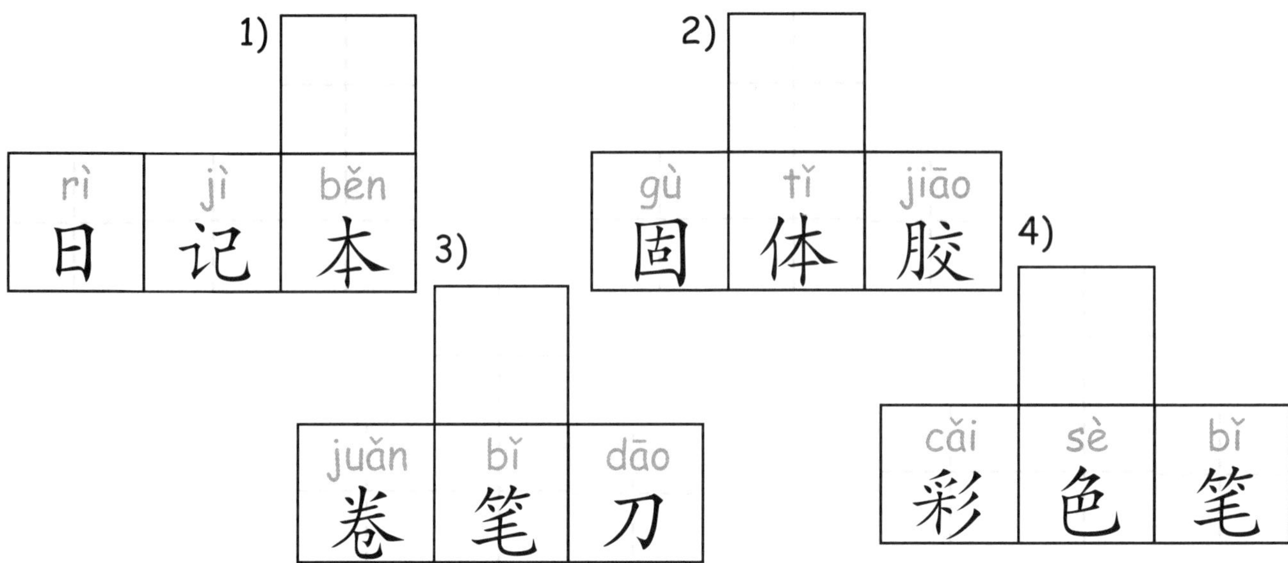

17 Trace the characters.

练 (stroke order)							
liàn practise	练	练	练	练	练		
习 (stroke order)							
xí study	习	习	习	习	习		
记 (stroke order)							
jì record	记	记	记	记	记		
彩 (stroke order)							
cǎi colour	彩	彩	彩	彩	彩		

丶 丷 䒑 䒒 前 前 前 前 前 剪 剪						
jiǎn scissors; cut	剪	剪	剪	剪	剪		
丨 冂 冂 円 冂 冋 周 固							
gù hard; solid	固	固	固	固	固		
丿 月 月 月 月 肀 肀 肀 胶 胶							
jiāo glue	胶	胶	胶	胶	胶		
丶 丶 氵 氵 氵 汗 汪							
wāng bark	汪	汪	汪	汪	汪		

18 Complete the following sentences.

wǒ de fángjiān li yǒu
1) 我的房间里有 ______________________

wǒ de shū bāo li yǒu
2) 我的书包里有 ______________________

wǒ de yī guì li yǒu
3) 我的衣柜里有 ______________________

wǒ men xué xiào yǒu
4) 我们学校有 ______________________

dì jiǔ kè
第九课

1 Trace the characters.

丿 𠂉 𠂊 气							
qì gas	气						
⺄ 乁 飞							
fēi fly	飞						

2 Circle the odd ones.

1) shuā yá 刷牙　xǐ liǎn 洗脸　kè běn 课本 

2) jiǎn dāo 剪刀　pǎo bù 跑步　juǎn bǐ dāo 卷笔刀

3) diàn nǎo 电脑　diàn shì 电视　tiān qì 天气

4) měi shù 美术　měi guó 美国　yīn yuè 音乐

5) wéi jīn 围巾　shǒu tào 手套　yǎn jing 眼睛

3 Count the strokes of each character.

1) dì 第 11　2) shuā 刷 ____

3) yàng 样 ____　4) xǐ 洗 ____

5) bù 步 ____　6) pǎo 跑 ____

7) zhī 知 ____　8) wán 玩 ____

4 Look, read and match.

- [ ] shuì jiào 睡觉
- [ ] kàn shū 看书
- [ ] kāi chē 开车

[3] huá bīng 滑冰	[ ] tī zú qiú 踢足球	[ ] tán gāng qín 弹钢琴	[ ] huá xuě 滑雪
[ ] qǐchuáng 起床	[ ] kàn diàn yǐng 看电影	[ ] zuò zuò yè 做作业	[ ] qí chē 骑车
[ ] chī zǎo fàn 吃早饭	[ ] kàn diàn shì 看电视	[ ] wán diàn nǎo yóu xì 玩电脑游戏	[ ] xǐ zǎo 洗澡

5 Draw the structure of each character.

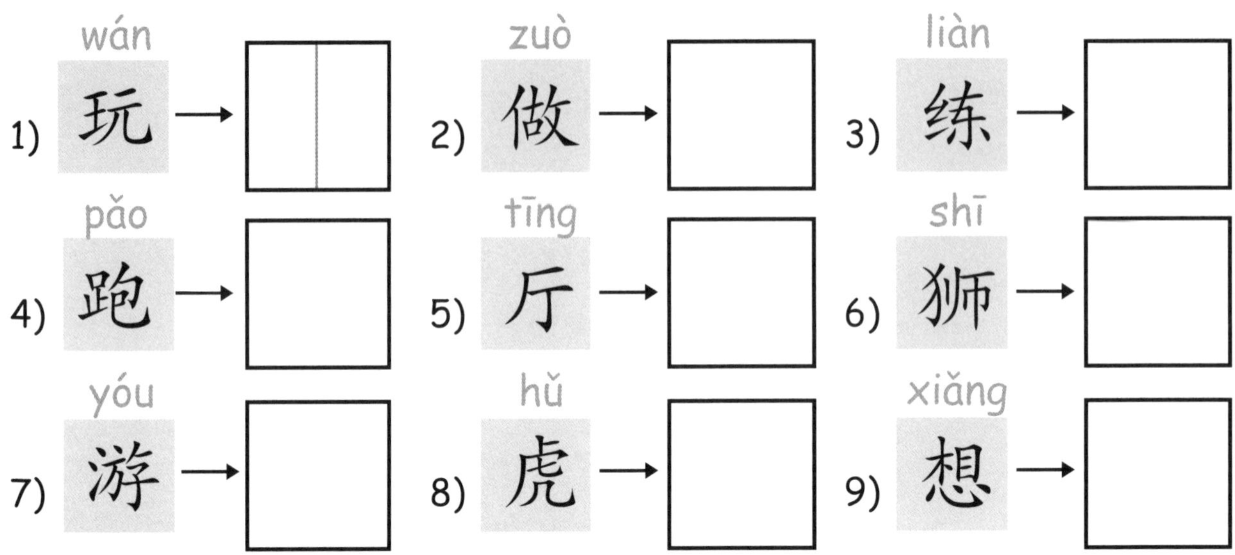

6 Answer the following questions.

1) 我今年七岁。你呢？ 我也七岁。
(wǒ jīn nián qī suì. nǐ ne)

2) 我今年上四年级。你呢？ ____________
(wǒ jīn nián shàng sì nián jí. nǐ ne)

3) 我会说汉语。你呢？ ____________
(wǒ huì shuō hàn yǔ. nǐ ne)

4) 我戴眼镜。你呢？ ____________
(wǒ dài yǎn jìng. nǐ ne)

5) 我喜欢穿汗衫。你呢？ ____________
(wǒ xǐ huan chuān hàn shān. nǐ ne)

6) 我书包里有文具盒。你呢？ ____________
(wǒ shū bāo li yǒu wén jù hé. nǐ ne)

7) 我不喜欢做作业。你呢？ ____________
(wǒ bù xǐ huan zuò zuò yè. nǐ ne)

7 **Read the passage and draw the people in the correct rooms.**

wǒ bà ba zài kè tīng li kàn diàn shì wǒ mā ma zài chú fáng
我爸爸在客厅里看电视。我妈妈在厨房
li zuò fàn gē ge de fáng jiān zài lóu shàng tā zài tā de fáng
里做饭。哥哥的房间在楼上。他在他的房
jiān li wán diàn nǎo yóu xì jiě jie de fáng jiān zài lóu xià tā zài
间里玩电脑游戏。姐姐的房间在楼下。她在
tā de fáng jiān li zuò zuò yè wǒ zài xǐ zǎo jiān li shuā yá
她的房间里做作业。我在洗澡间里刷牙。

8 Choose a radical from the box to complete the character.

讠 纟 禾 刂 木 氵 王 𧾷 月 日

	shuā		yàng		pǎo		wán		yóu
1)	刷	2)	羊	3)	包	4)	元	5)	斿

	jiāo		jì		liàn		zhǒng		zuó
6)	交	7)	己	8)	东	9)	中	10)	乍

9 Connect the matching words.

1) shuā 刷 •	• a) yá 牙
2) pǎo 跑 •	• b) fàn 饭
3) kàn 看 •	• c) shuǐ 水
4) zuò 做 •	• d) bù 步
5) hē 喝 •	• e) yī 衣
6) chuān 穿 •	• f) shū 书

10 Write in Chinese.

1) December 25th

____

2) Monday

____

3) 10:25

____

4) January 1, 2007

____

11 Circle the phrases as required.

shuā 刷	yá 牙	dà 大	diàn 电	yǐng 影
míng 明	chǐ 齿	nǎo 脑	shì 视	pǎo 跑
tiān 天	yóu 游	gāo 高	gōng 工	bù 步
xì 戏	xìng 兴	zuò 做	zuò 作	yè 业

1) brush one's teeth ✓
2) tomorrow
3) computer game
4) do one's homework
5) T.V.
6) movie
7) happy

12 Answer the following questions.

1) 今天几月几号？ (jīn tiān jǐ yuè jǐ hào)

____

2) 今天星期几？ (jīn tiān xīng qī jǐ)

____

3) 明天几月几号？ (míng tiān jǐ yuè jǐ hào)

____

4) 现在几点？ (xiàn zài jǐ diǎn)

____

13 Write eight five-stroke characters.

出							

14 Write the characters.

15 Trace the characters.

一 十 才 木 术 术 栏 栏 栏 样							
yàng model	样	样	样	样	样		
㇇ コ 尸 尸 局 吊 刷 刷							
shuā brush	刷	刷	刷	刷	刷		

丿 亻 亻 什 什 估 估 估 做 做 做							
zuò do	做						
丨 丨丨 丨丨 丨丨 业							
yè course of study	业						
丶 口 口 口 口 口 足 足 趵 趵 趵 跑							
pǎo run	跑						
丨 卜 止 止 止 步 步							
bù step	步						
一 二 千 王 王 王 玩 玩							
wán play	玩						
丶 丶 氵 氵 氵 汸 汸 汸 游 游 游 游							
yóu stroll about	游						
フ 又 又 戏 戏 戏							
xì play; drama	戏						

dì shí kè
第十课

1 Trace the characters.

一　ナ　大　犬						
quǎn dog	犬					
丨　冂　贝　见						
jiàn see	见					

2 Take out the part of the character you know and write the meaning.

1) tī 梯 → 弟 younger brother

2) qiū 秋 → ______

3) pāi 拍 → ______

4) huó 活 → ______

5) mí 迷 → ______

6) pǎo 跑 → ______

7) kè 课 → ______

8) hóng 红 → ______

3 Write the Chinese numbers.

1) 56 五十六 2) 99 ______

3) 100 ______ 4) 143 ______

5) 1000 ______ 6) 228 ______

7) 250 ______ 8) 460 ______

4 Colour the phrases as required.

wài gōng 外公	qíng tiān 晴天	guā fēng 刮风	lián yī qún 连衣裙
zhuō mí cáng 捉迷藏	hàn shān 汗衫	ā yí 阿姨	dàng qiū qiān 荡秋千
xià yǔ 下雨	zuǐ ba 嘴巴	ěr duo 耳朵	gù tǐ jiāo 固体胶
wài tào 外套	wài pó 外婆	máo yī 毛衣	huá huá tī 滑滑梯
cǎi sè bǐ 彩色笔	bí zi 鼻子	xià xuě 下雪	juǎn bǐ dāo 卷笔刀
duō yún 多云	yǎn jing 眼睛	jiù jiù 舅舅	niú zǎi kù 牛仔裤

1) Activity: 黄色 2) Stationery: 蓝色 3) Weather: 灰色

4) Clothing: 红色 5) Parts of the body: 紫色 6) Family members: 绿色

5 Read the sentences, draw pictures and colour them.

①

liǎng ge nán hái hé yí ge nǚ hái zài
两个男孩和一个女孩在
huá huá tī
滑滑梯。

②

sì ge xiǎo péng you hé tā men de lǎo
四个小朋友和他们的老
shī zài wán zhuō mí cáng
师在玩捉迷藏。

③

yí ge nǚ hái hé yí ge dà rén zài
一个女孩和一个大人在
gōng yuán li dàng qiū qiān
公园里荡秋千。

④

yí ge xiǎo nán hái zài shù wū li shuì
一个小男孩在树屋里睡
jiào
觉。

6 Count the strokes of each character.

1) tī 梯 11
2) dàng 荡 ____
3) pāi 拍 ____
4) qiū 秋 ____
5) qiān 千 ____
6) zhuō 捉 ____
7) cáng 藏 ____
8) wū 屋 ____

7 Connect the matching words.

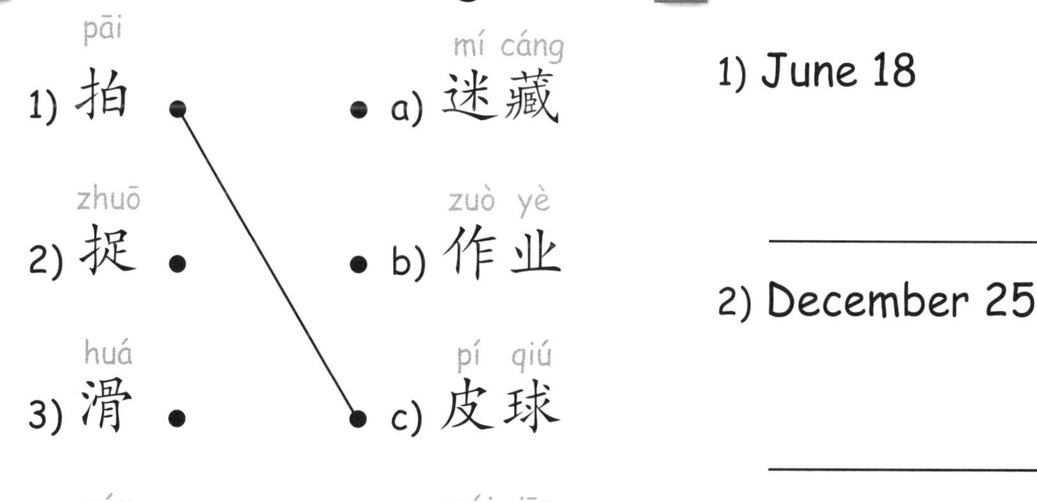

1) pāi 拍	a) mí cáng 迷藏
2) zhuō 捉	b) zuò yè 作业
3) huá 滑	c) pí qiú 皮球
4) wán 玩	d) wéi jīn 围巾
5) zuò 做	e) huá tī 滑梯
6) chuān 穿	f) měi shù kè 美术课
7) dài 戴	g) yī fu 衣服
8) shàng 上	h) diàn nǎo yóu xì 电脑游戏

8 Write in Chinese.

1) June 18 ____________

2) December 25 ____________

3) March 10 ____________

4) September 7 ____________

5) January 30 ____________

9 Label the items with correct characters or pinyin. Colour the picture.

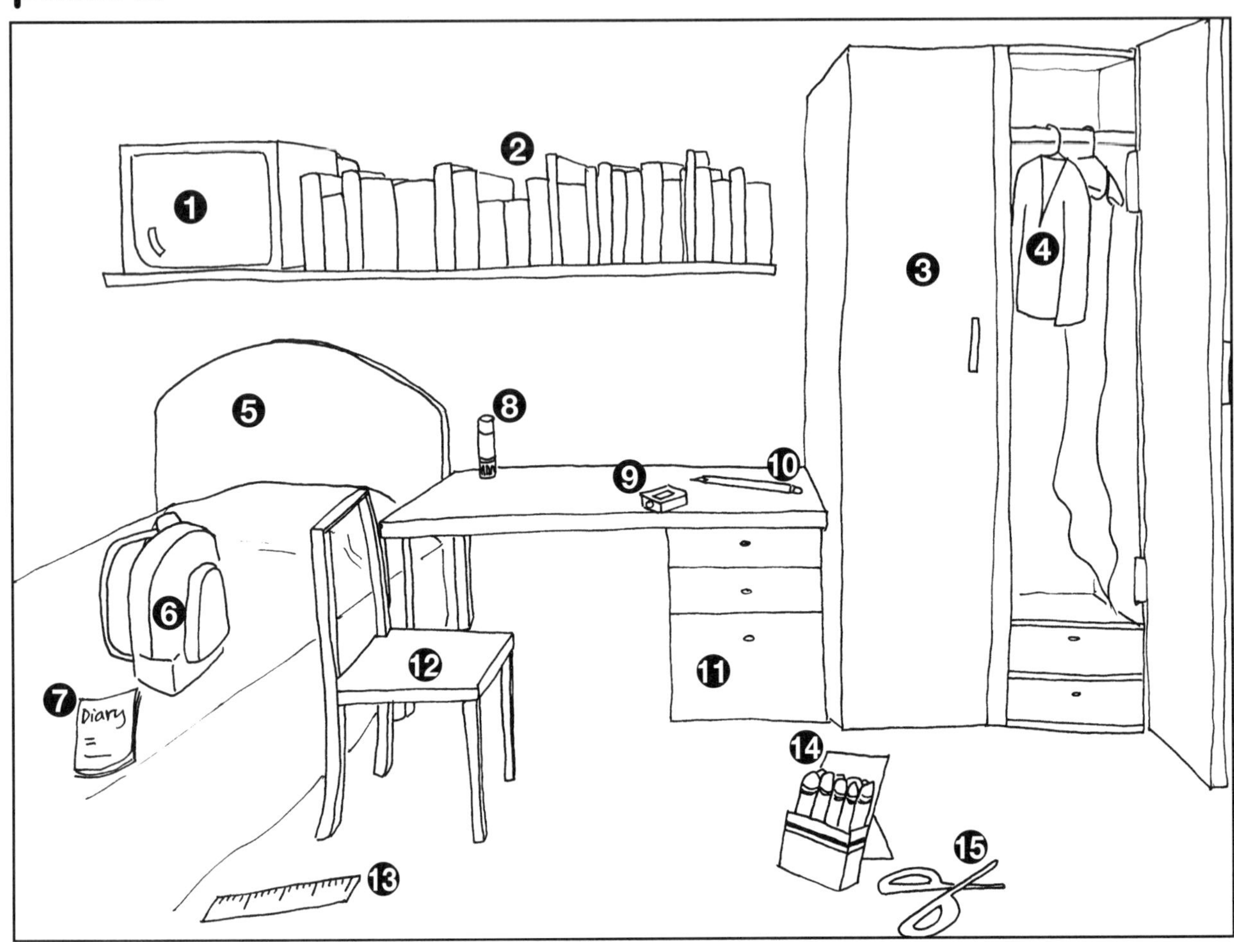

① 电视机 ② ______ ③ ______ ④ ______

⑤ ______ ⑥ ______ ⑦ ______ ⑧ ______

⑨ ______ ⑩ ______ ⑪ ______ ⑫ ______

⑬ ______ ⑭ ______ ⑮ ______

IT IS YOUR TURN! Draw your room and the things in it.

10 Match the description with the pictures and colour them. Create a story of your own.

[2]
xiǎo yā zi qǐchuáng hòu fā xiàn mā ma bú jiàn le
小鸭子起床后，发现妈妈不见了。

[ ]
tā lái dào shù xia kàn jian xiǎo jī hé tā men de bà ba mā ma zài chī mǐ mā ma bú zài nàr
它来到树下，看见小鸡和它们的爸爸、妈妈在吃米。妈妈不在那儿。

[ ]
tā yòu lái dào xiǎo hé biān kàn jian yúr zài shuǐ zhōng yóu lái yóu qù mā ma yě bú zài nàr
它又来到小河边，看见鱼儿在水中游来游去，妈妈也不在那儿。

[ ]
xiǎo yā zi lái dào gōng yuán kàn jian mā ma zài cǎo cóng zhōng zhuō xiǎo chóng xiǎo yā zi kàn jian mā ma hòu hěn kāi xīn
小鸭子来到公园，看见妈妈在草丛中捉小虫。小鸭子看见妈妈后很开心。

11 Translate the following sentences.

gē ge zài gōng yuán li pǎo bù
1) 哥哥在公园里跑步。 ______________________

dì di zài fáng jiān li zuò zuò yè
2) 弟弟在房间里做作业。 ______________________

jiě jie zài hǎi li yóu yǒng
3) 姐姐在海里游泳。 ______________________

12 Trace the characters.

一 十 才 木 术 术 栏 栏 档 梯 梯							
tī ladder; stairs	梯	梯	梯	梯	梯		
一 十 廾 艹 艹 艹 芦 芴 荡 荡							
dàng swing	荡	荡	荡	荡	荡		
丿 二 千 千 禾 禾 禾 秒 秋							
qiū autumn	秋	秋	秋	秋	秋		
丿 二 千							
qiān thousand	千	千	千	千	千		

一 扌 扌 扌 扌 拍 拍 拍							
pāi clap; pat; dribble	拍						
一 扌 扌 扌 扌 扌 扌 扌 扌 捉							
zhuō grab; catch	捉						
丶 丷 丷 半 米 米 迷 迷 迷							
mí lost	迷						
一 十 艹 广 广 广 广 广 广 广 广 广 广 藏 藏 藏 藏							
cáng hide	藏						
丁 刁 刁 那 那 那							
nà that	那						
一 十 才 木 权 权 权 树 树							
shù tree	树						
乛 コ 尸 尸 层 层 层 屋 屋							
wū house	屋						

dì shí yī kè
第十一课

1 Trace the characters.

丶 ㄇ 口 尸 早 𧾷 足							
zú foot	足						
一 十 土 丰 丰 卡 走							
zǒu walk	走						

2 Take out the part of the character you know and write the meaning.

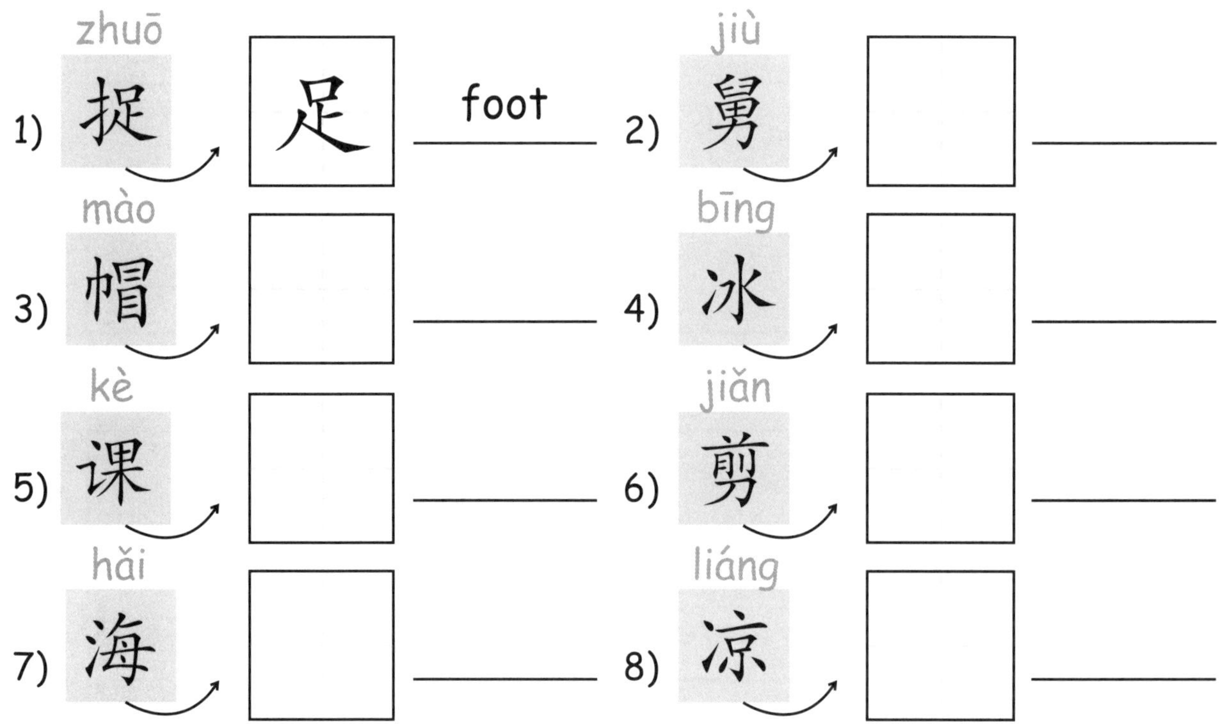

3 Choose the correct sentence for each picture.

①

- [ ] qǐng kāi dēng 请开灯！
- [x] qǐng kāi mén 请开门！

②

- [ ] qǐng jìn 请进！
- [ ] qǐng zuò 请坐！

③

- [ ] duì bu qǐ 对不起！
- [ ] zài jiàn 再见！

④

- [ ] qǐng guān chuāng 请关窗！
- [ ] nǐ zǎo 你早！

⑤

- [ ] qǐng hē shuǐ 请喝水！
- [ ] bié shuō huà 别说话！

⑥

- [ ] qǐng jǔ shǒu 请举手！
- [ ] méi guān xi 没关系。

⑦

- [ ] qǐng zuò xia 请坐下！
- [ ] qǐng gēn wǒ dú 请跟我读。

⑧

- [ ] qǐng chū qu 请出去！
- [ ] zhàn qi lai 站起来！

⑨

- [ ] chuān shang xié 穿上鞋。
- [ ] qǐng guān dēng 请关灯！

4 Read aloud the following pinyin. Write the meaning of each phrase.

1) jī dàn egg

2) chǎo miàn ______

3) zǎo fàn ______

4) wài gōng ______

5) shuì jiào ______

6) yǎn jìng ______

7) péng you ______

8) shǒu tào ______

5 Draw pictures and colour them.

① mén 门

② chuāng 窗

③ dēng 灯

④ shù wū 树屋

⑤ chuáng 床

⑥ shū zhuō 书桌

6 Translate the following sentences.

kuài bǎ yǔ yī chuān shang
1) 快把雨衣穿 上！ ______

kuài bǎ tāng hē le
2) 快把汤喝了 ！ ______

kuài bǎ fàn chī le
3) 快把饭吃了 ！ ______

qǐng bǎ yǎn jìng dài shang
4) 请把眼镜戴 上！ ______

qǐng bǎ diàn shì jī guānshang
5) 请把电视机关 上！ ______

7 Write the characters.

① qì

② fēi

③ chóng

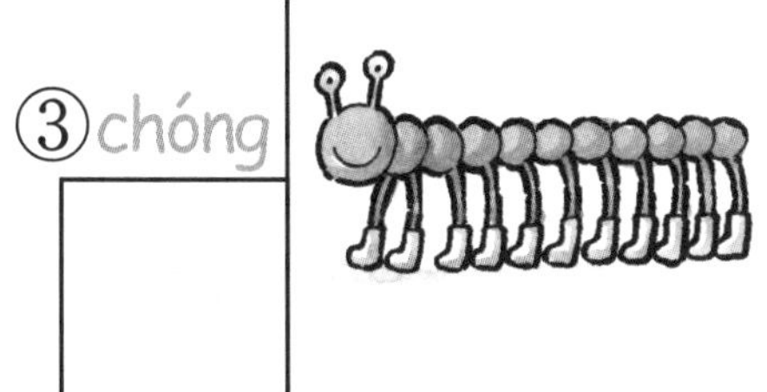

④ lì

⑤ jiàn

⑥ quǎn

8 Choose a radical from the box to complete the character.

9 Highlight six sentences with different colours.

① xiǎo 小	dì 弟	di 弟	tā 他	de 的	fáng 房	jiān 间	li 里。	→ ❸
② mā 妈	ma 妈	jiào 叫	zài 在	shù 树	wū 屋	chī 吃	fàn 饭。	→ ❹
③ yé 爷	ye 爷	bù 不	wǒ 我	bǎ 把	li 里	shuì 睡	jiào 觉。	→ ❶
④ gē 哥	ge 哥	zài 在	chú 厨	fáng 房	mén 门	guān 关	shang 上。	→ ❷
⑤ shū 书	bāo 包	li 里	méi 没	xué 学	wǒ 我	de 的	yàng 样。	→ ❻
⑥ xiǎo 小	gǒu 狗	xǐ 喜	huan 欢	yǒu 有	liàn 练	xí 习	běn 本。	→ ❺

10 **Choose the correct parts to complete the characters.**

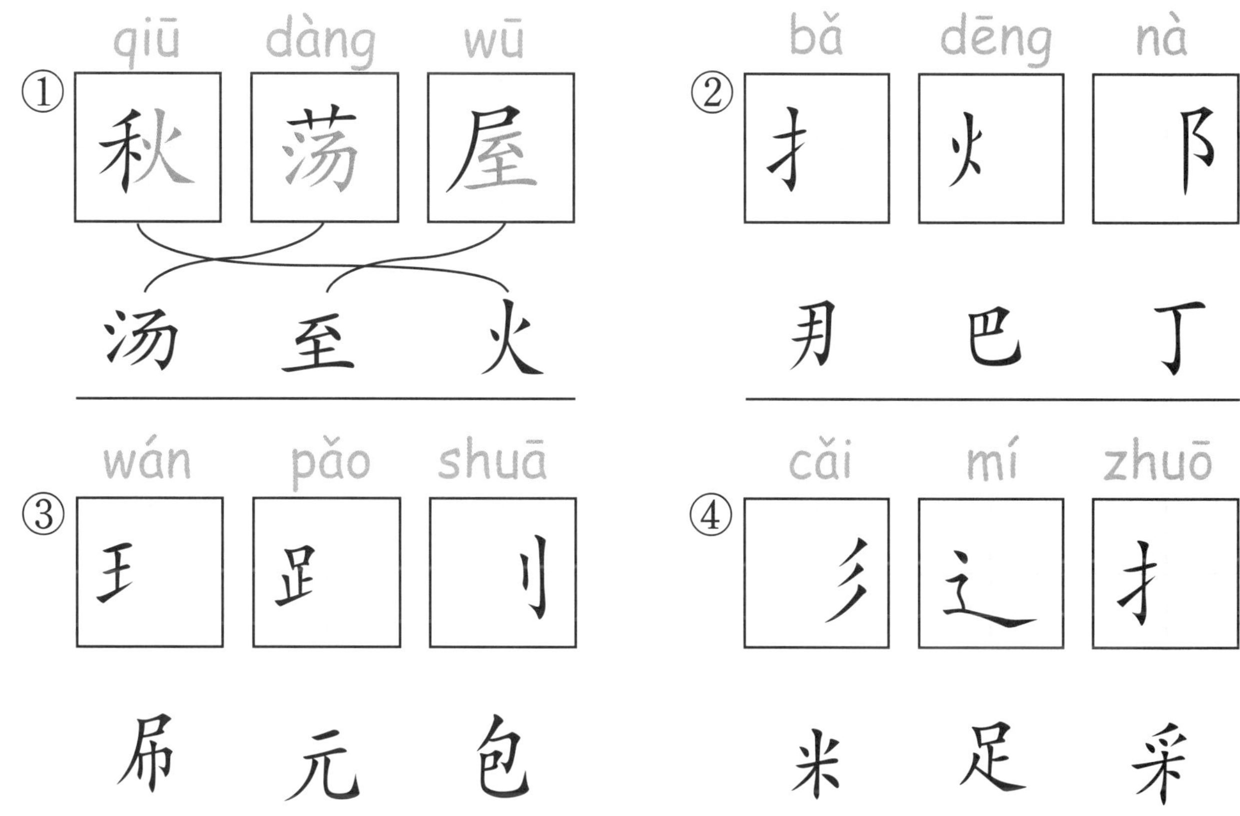

11 **Label the rooms with pinyin if you cannot write characters.**

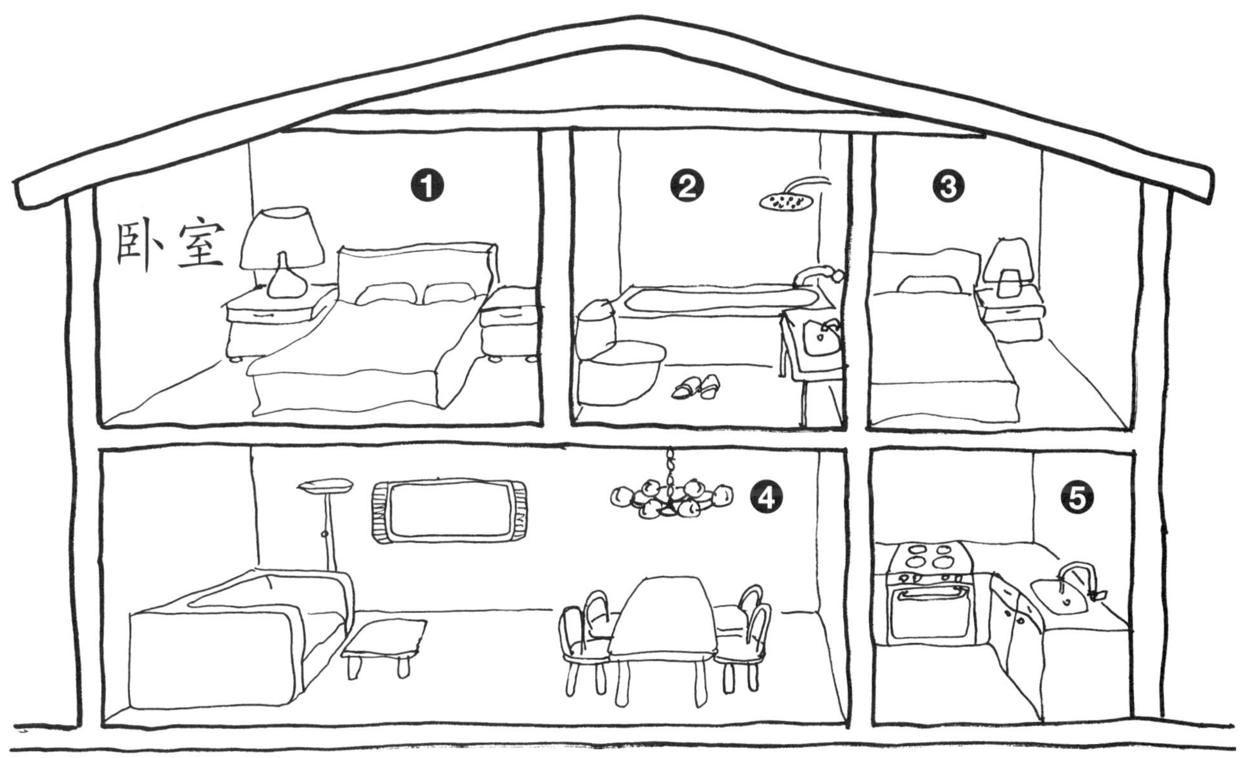

12 Write a caption for each picture. You may write pinyin if you cannot write characters.

① 

请进

② 

③ 

④ 

⑤ 

⑥ 

⑦ 

⑧ 

⑨ 

13 Add one stroke to make another character.

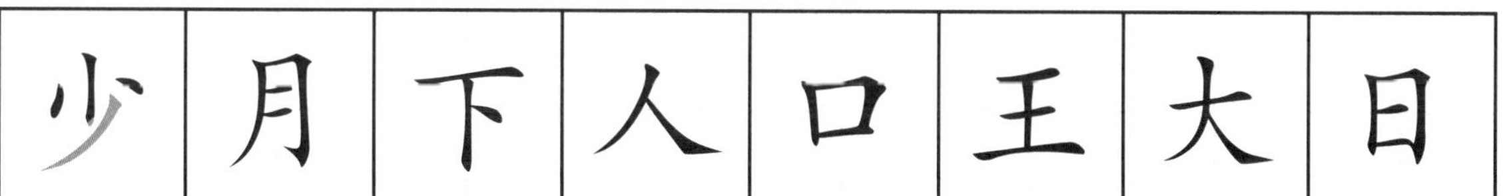

少	月	下	人	口	王	大	日

14 Trace the characters.

一 扌 扌 扌 扣 扣 把							
bǎ particle	把	把	把	把	把		
丶 丶 宀 穴 穴 空 空 穷 穷 窗 窗 窗							
chuāng window	窗	窗	窗	窗	窗		
丶 丷 少 火 灯 灯							
dēng lamp	灯		灯	灯	灯		
丶 门 门							
mén door	门	门	门	门	门		
丶 亠 亠 亡 亩 亨 亨 京 京 就 就 就							
jiù just	就	就	就	就	就		

dì shí èr kè
第十二课

1 Trace the characters.

ノ 亻 白 白 自 自							
zì oneself	自	自	自	自	自		
乛 コ 己							
jǐ oneself	己	己	己	己	己		

2 Draw pictures and colour them.

①	②	③
miànbāo 面包	miàntiáo 面条	jī dàn 鸡蛋
④	⑤	⑥
sān míng zhì 三明治	rè gǒu 热狗	hàn bǎo bāo 汉堡包

3 Write the radicals.

1) shǔ 薯 → 艹
2) qiǎo 巧 →
3) lín 淋 →
4) gāo 糕 →
5) tiào 跳 →
6) bǐng 饼 →
7) gǒu 狗 →
8) dì 地 →
9) chuāng 窗 →

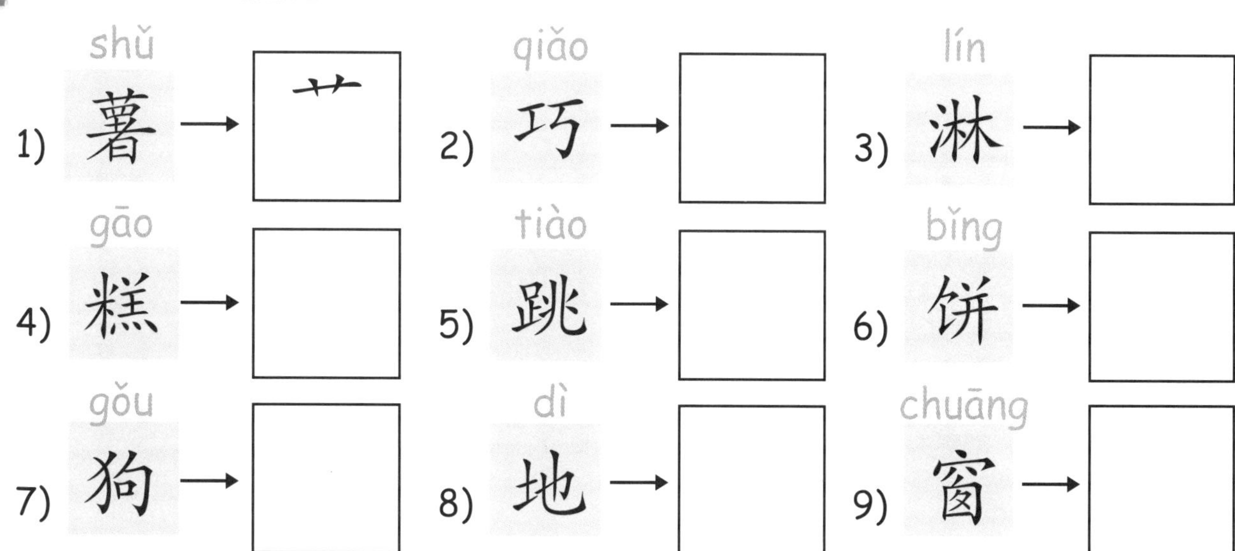

4 Draw the ingredients.

①

qiǎo kè lì dàn gāo
巧克力蛋糕

②

dàn chǎo fàn
蛋炒饭

③

sān míng zhì
三明治

④

rè gǒu
热狗

5 Connect the matching words.

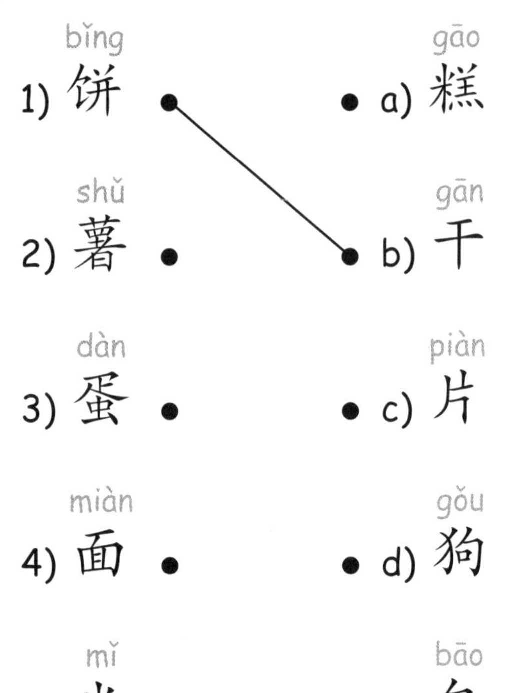

6 Write the common part.

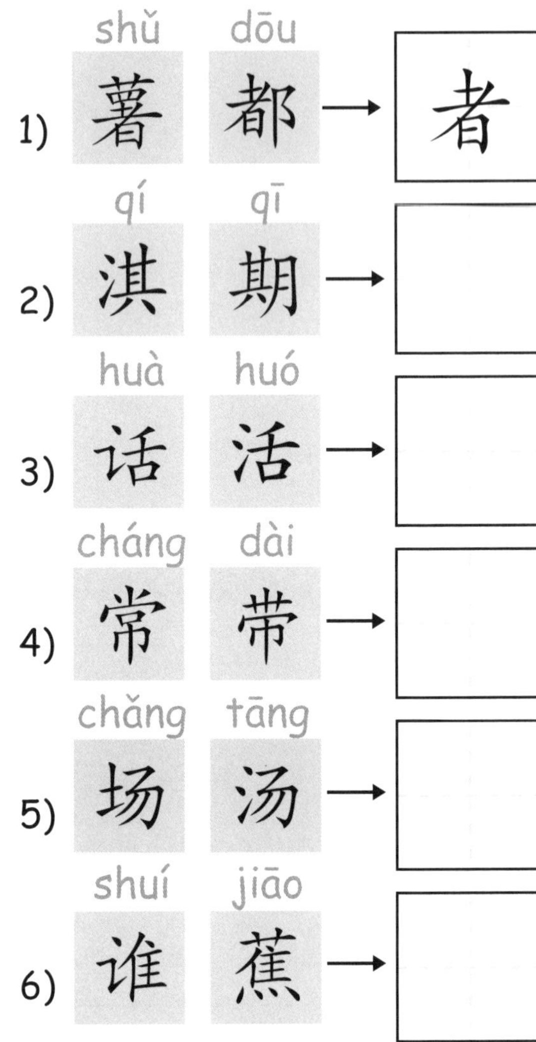

7 Answer the following questions.

nǐ xǐ huan chī kuài cān ma xǐ huan chī shén me
1) 你喜欢吃快餐吗？喜欢吃什么？

____

nǐ xǐ huan chī líng shí ma xǐ huan chī shén me
2) 你喜欢吃零食吗？喜欢吃什么？

____

8 Complete the story in picture form.

xiǎo gǒu tiào shang cān zhuō kàn kan
小狗跳上餐桌看看。

xiǎo gǒu tiào shang chuáng kàn kan
小狗跳上床看看。

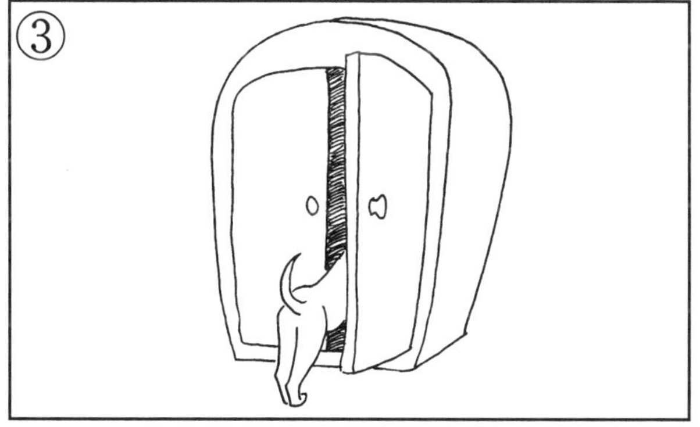

xiǎo gǒu tiào jìn yī guì kàn kan
小狗跳进衣柜看看。

xiǎo gǒu jìn le chú fáng tā xiǎng gàn shén me
小狗进了厨房。它想干什么？

9 Colour the phrases as required.

shǔ tiáo 薯条	kè tīng 客厅	yī guì 衣柜	juǎn bǐ dāo 卷笔刀
cān zhuō 餐桌	yù shì 浴室	xià xuě 下雪	dàng qiū qiān 荡秋千
chú fáng 厨房	shǔ piàn 薯片	pǎo bù 跑步	zhuō mí cáng 捉迷藏
guā fēng 刮风	dàn gāo 蛋糕	wò shì 卧室	gù tǐ jiāo 固体胶
bǐng gān 饼干	qiǎo kè lì 巧克力	mù chuáng 木床	wén jù hé 文具盒
yǐ zi 椅子	qíng tiān 晴天	xià yǔ 下雨	bīng qí lín 冰淇淋

1) Food: 黄色
2) Room: 绿色
3) Activity: 蓝色
4) Furniture: 紫色
5) Weather: 灰色
6) Stationery: 红色

10 Combine the two parts to make a new character.

1) 艹 + 署 = 薯
2) 饣 + 并 =
3) 氵 + 林 =
4) 𧾷 + 兆 =
5) 刀 + 前 =
6) 木 + 交 =
7) 巾 + 冒 =
8) 阝 + 可 =

11 Connect the matching words to make a phrase. Write the meaning of each phrase.

Meaning		
high jump	1) tiào 跳	a) qiú 球
________	2) pǎo 跑	b) gāo 高
________	3) pāi 拍	c) bù 步
________	4) shuō 说	d) fàn 饭
________	5) chī 吃	e) huà 话
________	6) hē 喝	f) chē 车
________	7) qí 骑	g) zǎo 澡
________	8) xǐ 洗	h) tāng 汤
________	9) yǎng 养	i) shū 书
________	10) dú 读	j) gǒu 狗

12 Answer the following questions in picture form.

1) nǐ zǎo fàn yì bān chī shén me
你早饭一般吃什么？

2) nǐ wǔ fàn yì bān chī shén me
你午饭一般吃什么？

3) nǐ wǎn fàn yì bān chī shén me
你晚饭一般吃什么？

13 Organize the words to form a sentence.

1) 窗子 (chuāngzi) 请 (qǐng) 把 (bǎ) 关上 (guānshang)。→ ____________________

2) 有 (yǒu) 桌子上 (zhuō zi shang) 薯片 (shǔ piàn)。→ ____________________

3) 玩 (wán) 他们 (tā men) 在 (zài) 捉迷藏 (zhuō mí cáng)。→ ____________________

14 Trace the characters.

一 十 寸 寸 讨 过							
guò spend (time)	过	过	过	过	过		
一 十 廾 艹 艹 艹 芦 芦 苎 苎 茔 荜 荸 著 薯 薯							
shǔ potato; yam	薯	薯	薯	薯	薯		
丿 丿 片 片							
piàn a slice	片	片	片	片	片		
一 丅 工 工 巧							
qiǎo skilful	巧	巧	巧	巧	巧		
一 十 十 古 古 声 克							
kè gram	克	克	克	克	克		

丿 𠂉 饣 饣 饣 饣 饼 饼 饼	
bǐng round, flat cake	饼
一 二 干	
gān dry	干
丶 冫 氵 氵 汁 沪 泔 泔 淇 淇 淇	
qí	淇
丶 冫 氵 氵 汁 汁 汁 沐 淋 淋 淋	
lín	淋
丶 丷 丷 半 米 米 米 米 米 米 米 糕 糕 糕 糕 糕	
gāo cake	糕
丨 口 口 早 早 早 𧾷 跀 跀 跀 跳 跳 跳	
tiào jump	跳
丨 口 口 口 吅 吅 吅 哭 哭 哭	
kū cry	哭

dì shí sān kè
第十三课

1 Trace the characters.

ノ 八 ケ 父							
fù father	父						
𠃋 𠂇 𠃌 毋 母							
mǔ mother	母						

2 Guess the meaning of each phrase and write it down.

1) jī ròu 鸡肉 chicken meat
2) niú pái 牛排 ____________
3) niú ròu 牛肉 ____________
4) xiāng cháng 香肠 ____________
5) yáng ròu 羊肉 ____________
6) rè gǒu 热狗 ____________
7) zhū ròu 猪肉 ____________
8) sān míng zhì 三明治 ____________
9) huǒ tuǐ ròu 火腿肉 ____________
10) jī dàn 鸡蛋 ____________
11) huǒ jī 火鸡 ____________
12) dàn gāo 蛋糕 ____________

3 Draw pictures and colour them.

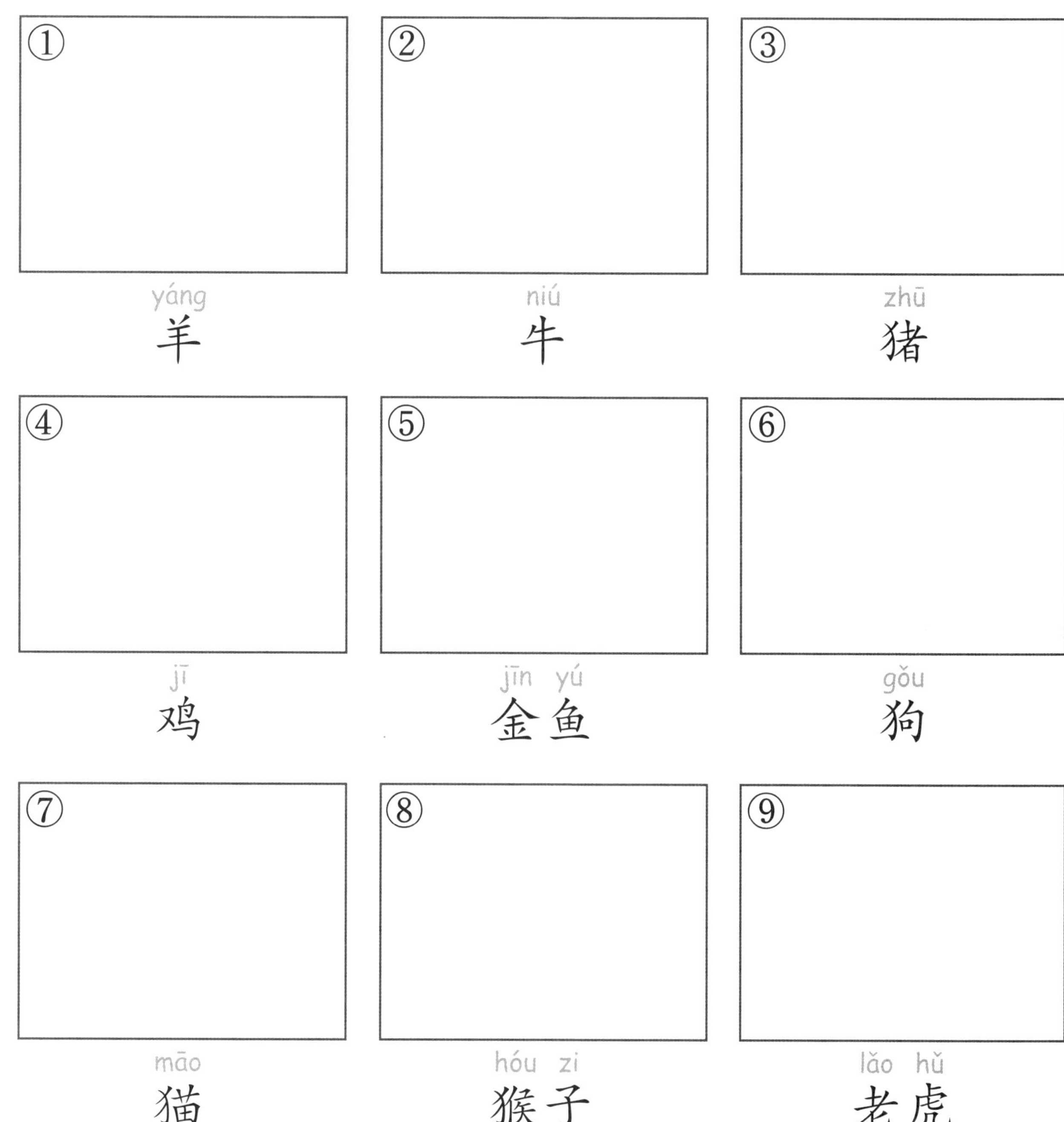

4 Circle all the six-stroke characters.

yáng	nà	bǎ	ròu	zǎo	zuò	yī	pāi
羊	那	把	肉	早	坐	衣	拍

5 Find as many sentences as you can. Highlight them with different colours.

<table>
<tr><td>wǒ
我</td><td>xǐ
喜</td><td>huan
欢</td><td>chī
吃</td><td>niú
牛</td><td>pái
排</td><td>qǐng
请</td><td>kāi
开</td><td>chuāng
窗</td></tr>
<tr><td>xǐ
喜</td><td>cān
餐</td><td>zhuō
桌</td><td>shàng
上</td><td>wǒ
我</td><td>zǎo
早</td><td>shang
上</td><td>shuā
刷</td><td>yá
牙</td></tr>
<tr><td>huan
欢</td><td>shū
书</td><td>bāo
包</td><td>yǒu
有</td><td>bǐng
饼</td><td>gān
干</td><td>gēn
跟</td><td>wǒ
我</td><td>dú
读</td></tr>
<tr><td>yǎng
养</td><td>gǒu
狗</td><td>li
里</td><td>yǒu
有</td><td>qiān
铅</td><td>bǐ
笔</td><td>hé
和</td><td>shǔ
薯</td><td>tiáo
条</td></tr>
<tr><td>xiǎo
小</td><td>dì
弟</td><td>di
弟</td><td>zài
在</td><td>shù
树</td><td>wū
屋</td><td>li
里</td><td>shuì
睡</td><td>jiào
觉</td></tr>
</table>

6 Make phrases with each group of characters. Write them out with their meanings.

① shǔ 薯 (top), piàn 片 (left), tiáo 条 (right), hóng 红 (bottom)

薯条 French fries

② ròu 肉 (top), niú 牛 (left), yáng 羊 (right), zhū 猪 (bottom)

7 Read sentences, draw pictures and colour them.

①

tā de shēn tǐ hěn dà shēnshang de
它的身体很大，身上的
pí shì huī sè de tā yǒu cháng bí
皮是灰色的。它有长鼻
zi hé dà ěr duo
子和大耳朵。

②

tā de shēn tǐ hěn cháng shēn shang de
它的身体很长，身上的
pí shì huā de tā de shé tou hěn
皮是花的。它的舌头很
cháng
长。

③

tā yǒu sì zhī jiǎo tā xǐ huan pá
它有四只脚。它喜欢爬
shù tā xǐ huan chī xiāng jiāo hé
树。它喜欢吃香蕉和
táo zi
桃子。

④

tā shēn shang de máo shì bái sè hé hēi
它身上的毛是白色和黑
sè de tā de yǎn jing yuán yuán
色的。它的眼睛圆圆
de tā xǐ huan chī zhú zi
的。它喜欢吃竹子。

8 Write the radicals.

1)	pái 排 →	扌	2)	cháng 肠 →		3)	gāo 糕 →	
4)	lín 淋 →		5)	shǔ 薯 →		6)	bǐng 饼 →	
7)	qiǎo 巧 →		8)	chuāng 窗 →		9)	tiào 跳 →	

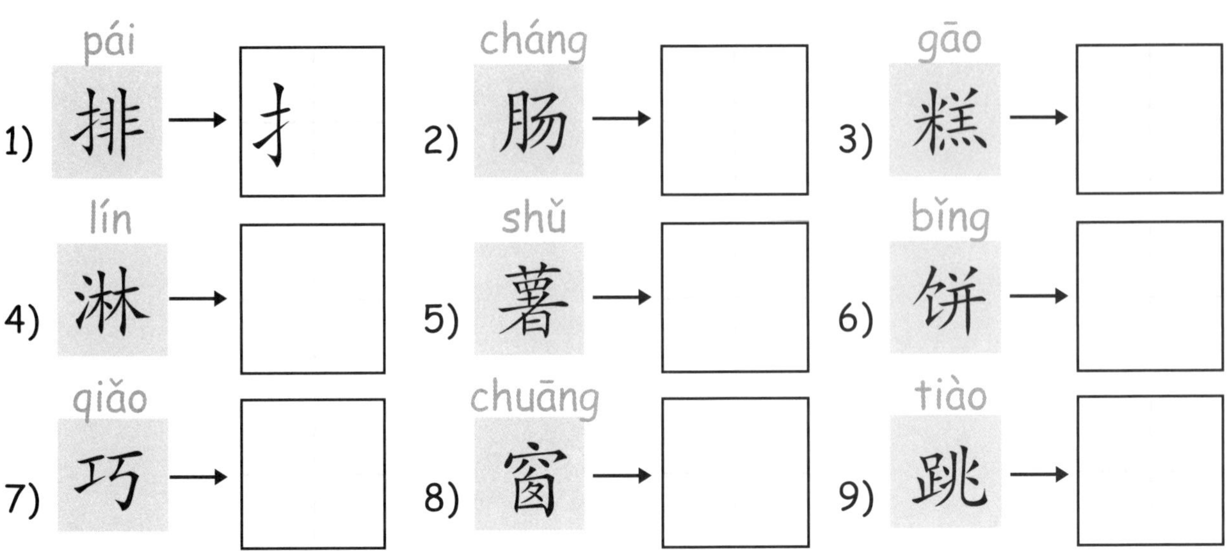

9 What can be made with the ingredients below? Draw the final products and write the Chinese names.

①

miànbāo　shēng cài　huáng gua　huǒ tuǐ ròu

面包、生菜、黄瓜、火腿肉 →

②

shēngcài　huáng gua　hú luó bo　jī dàn

生菜、黄瓜、胡萝卜、鸡蛋 →

10 Count the strokes of each character.

1) ròu 肉	6	2) yáng 羊	____	3) zhū 猪	____	4) pái 排	____
5) zuì 最	____	6) xiāng 香	____	7) cháng 肠	____	8) tuǐ 腿	____

11 Answer the following questions in picture form.

nǐ zuì xǐ huan chī shén me ròu
1) 你最喜欢吃什么肉？

nǐ zuì xǐ huan chī shén me shū cài
2) 你最喜欢吃什么蔬菜？

nǐ zuì xǐ huan nǎ zhǒng dòng wù
3) 你最喜欢哪种动物？

nǐ zuì xǐ huan wán shén me yóu xì
4) 你最喜欢玩什么游戏？

nǐ zuì xǐ huan shén me tiān qì
5) 你最喜欢什么天气？

nǐ zuì xǐ huan chuān shén me yī fu
6) 你最喜欢穿什么衣服？

12 Choose the words in the box to make phrases.

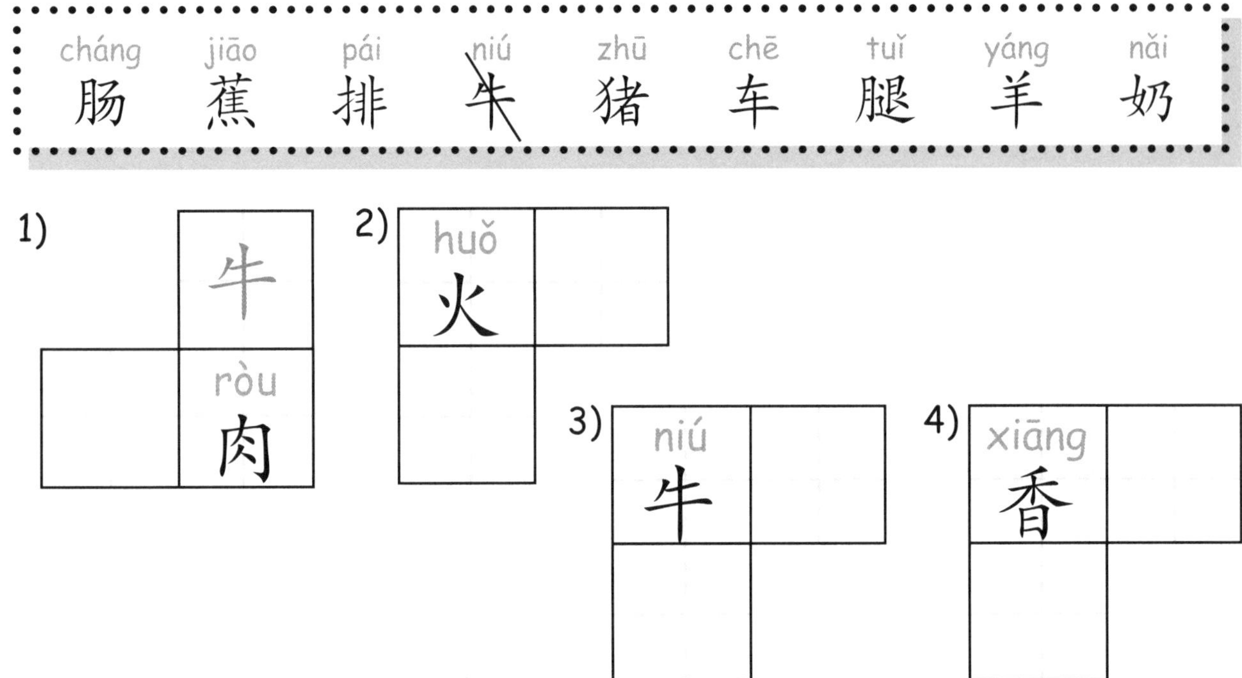

13 Trace the characters.

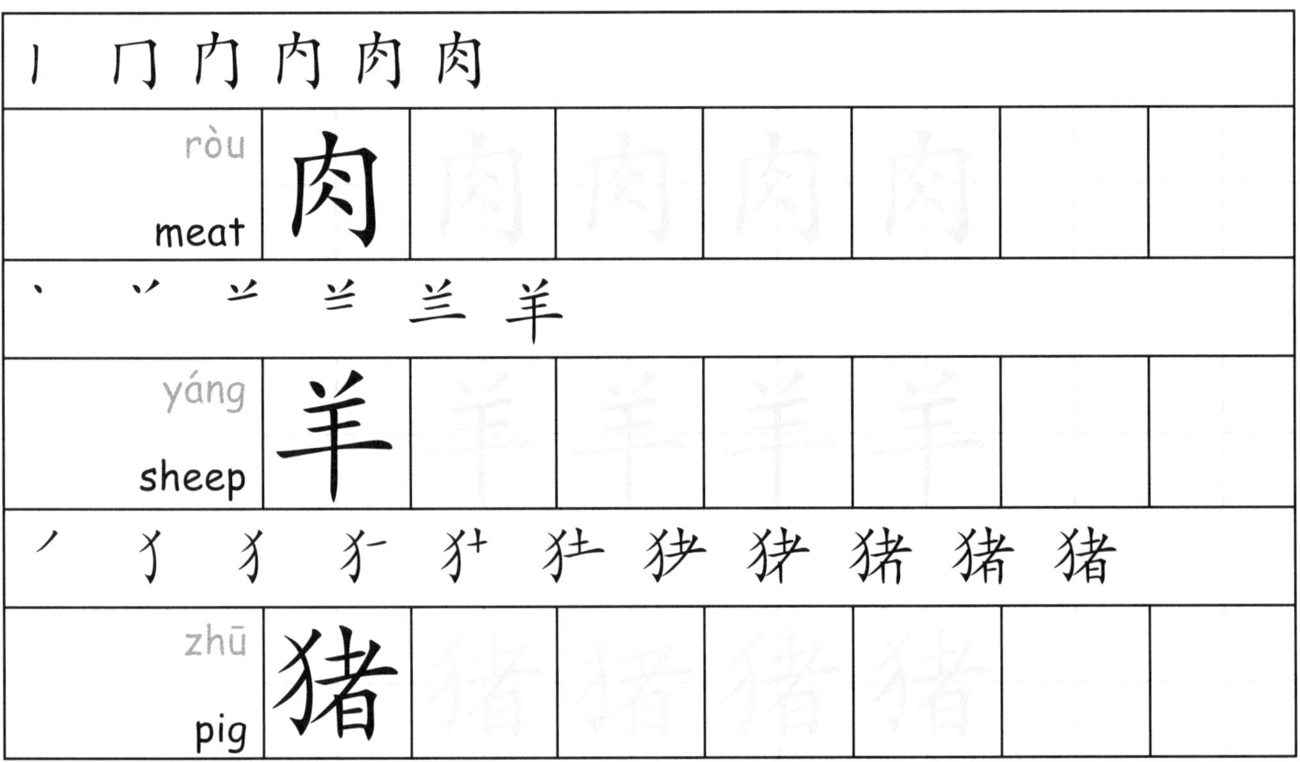

丨 冂 日 日 旦 早 早 早 早 早 最 最							
zuì most	最						
一 十 扌 扌 扌 扌 扌 排 排 排 排							
pái line; row	排						
丿 月 月 月 月 肠 肠 肠							
cháng intestines	肠						

14 Organize the words to form a sentence.

1) 最(zuì) 牛肉(niú ròu) 喜欢(xǐ huan) 爷爷(yé ye) 吃(chī)。→

____

2) 舅舅(jiù jiu) 猪肉(zhū ròu) 吃(chī) 不(bù)。→

____

3) 我(wǒ) 吃(chī) 中午(zhōngwǔ) 三明治(sān míng zhì)。→

____

4) 喜欢(xǐ huan) 弟弟(dì di) 最(zuì) 荡秋千(dàng qiū qiān)。→

____

dì shí sì kè
第十四课

1 Trace the characters.

㇖ 了 子							
zǐ son; child	子						
ㄑ 女 女							
nǚ female	女						

2 Write the common radical and its meaning.

1) suān 酸 lào 酪 酉 fermentation
2) tiào 跳 tī 踢 ______
3) sà 萨 huā 花 ______
4) bān 班 wán 玩 ______
5) shā 沙 huá 滑 ______
6) cǎi 彩 yǐng 影 ______
7) lā 拉 pāi 拍 ______
8) chǐ 尺 wū 屋 ______
9) lì 利 bié 别 ______
10) liàn 练 jí 级 ______

3 Draw any food using the colour given. Colour the pictures.

① hóng sè 红色	② fěnhóng sè 粉红色	③ lǜ sè 绿色

④ zōng sè 棕色	⑤ huáng sè 黄色	⑥ zǐ sè 紫色

4 Combine the two parts to make a new character.

1) 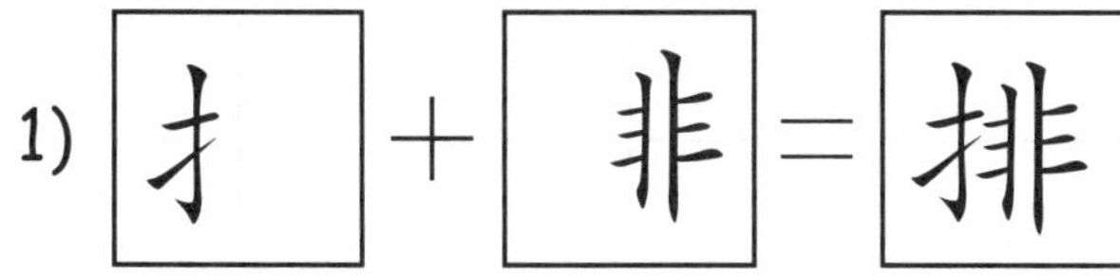

2) 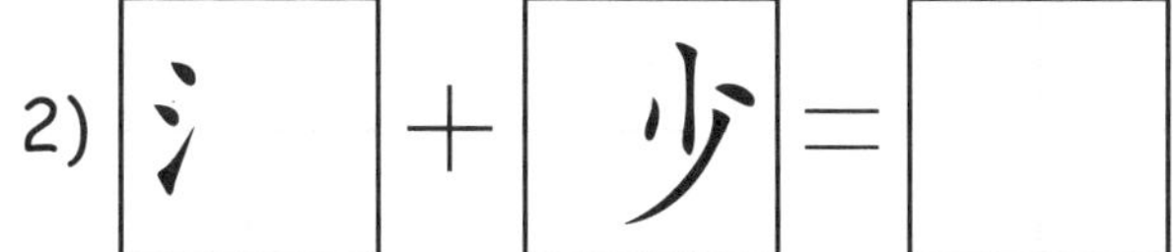

3) 酉 + 各 =

4) 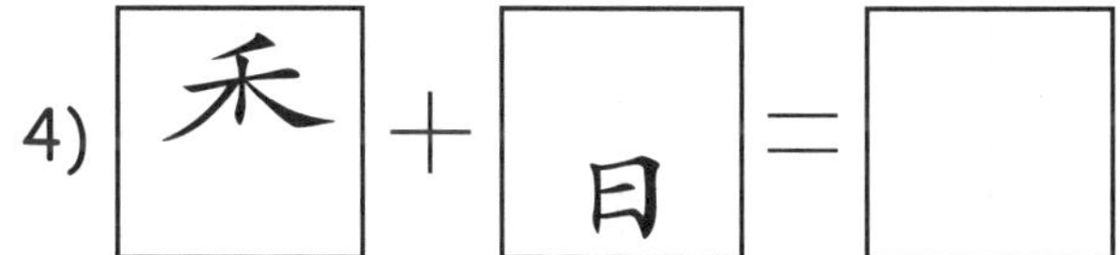

5) 音 + 心 =

6) 扌 + 立 =

5 Draw the ingredients.

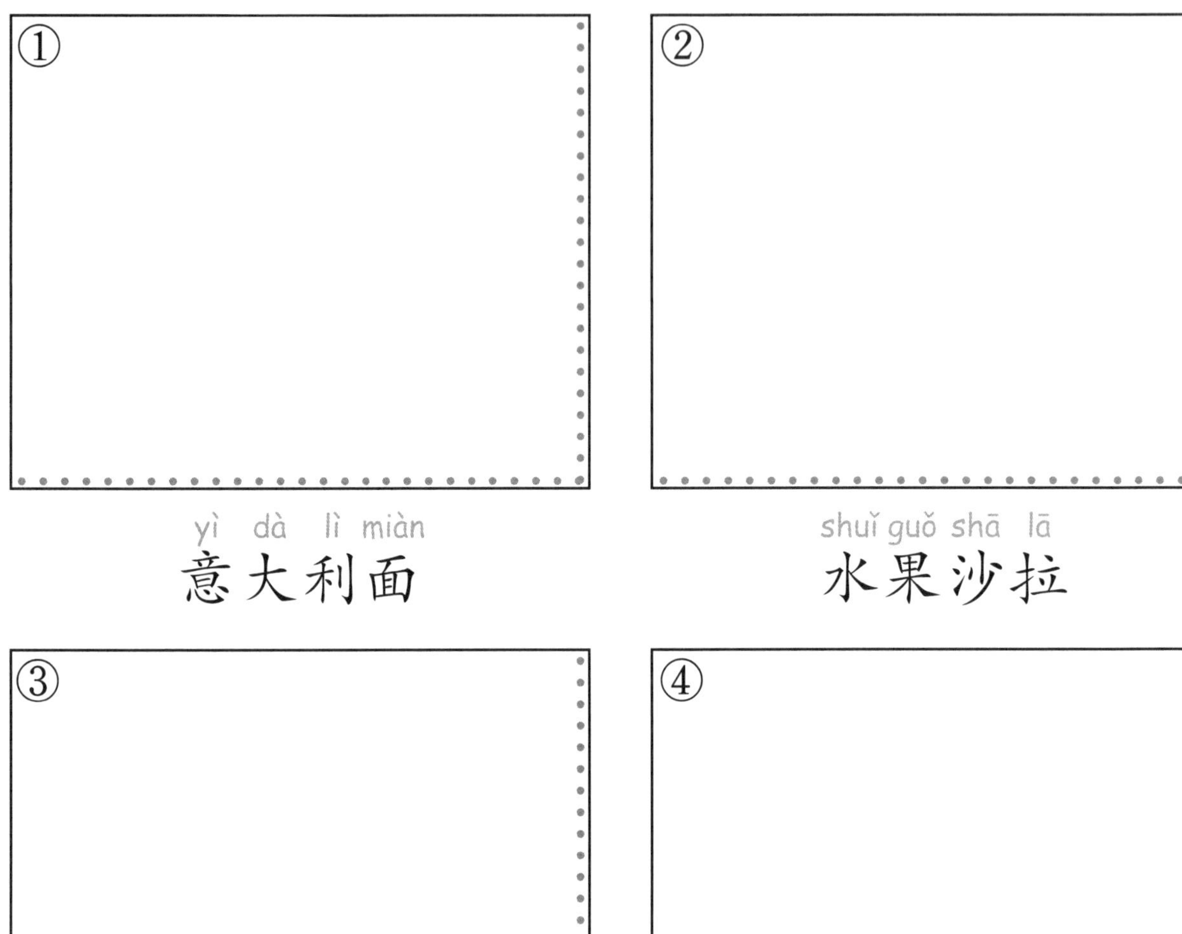

① yì dà lì miàn
意大利面

② shuǐ guǒ shā lā
水果沙拉

③ nǎi lào huǒ tuǐ sān míng zhì
奶酪火腿三明治

④ yú ròu hàn bǎo bāo
鱼肉汉堡包

6 Circle the food words.

shā lā 沙拉	shù wū 树屋	jiǎn dāo 剪刀	niú ròu 牛肉	bīng qí lín 冰淇淋	hàn bǎo bāo 汉堡包
zhū ròu 猪肉	dàn gāo 蛋糕	pǎo bù 跑步	mén chuāng 门 窗	sān míng zhì 三明治	bǐ sà bǐng 比萨饼

7 **Draw one food for each category. Colour the picture and write the Chinese name.**

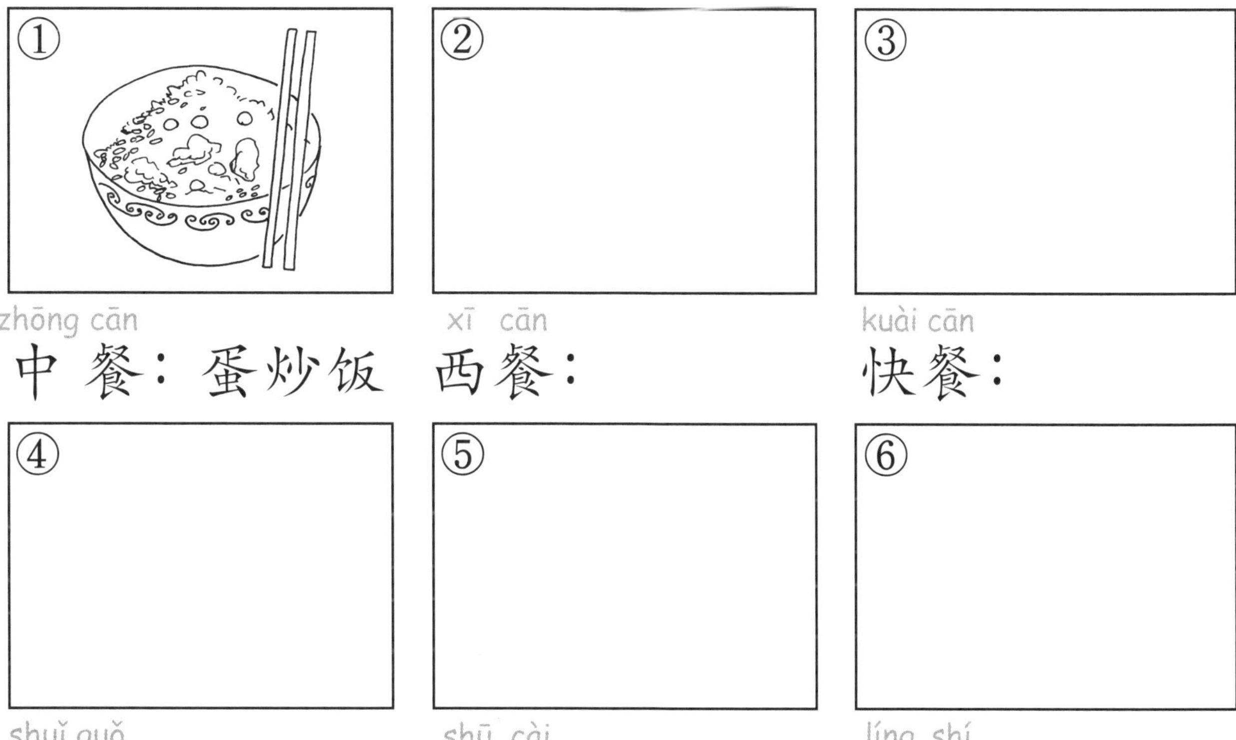

8 **Write a character for each radical.**

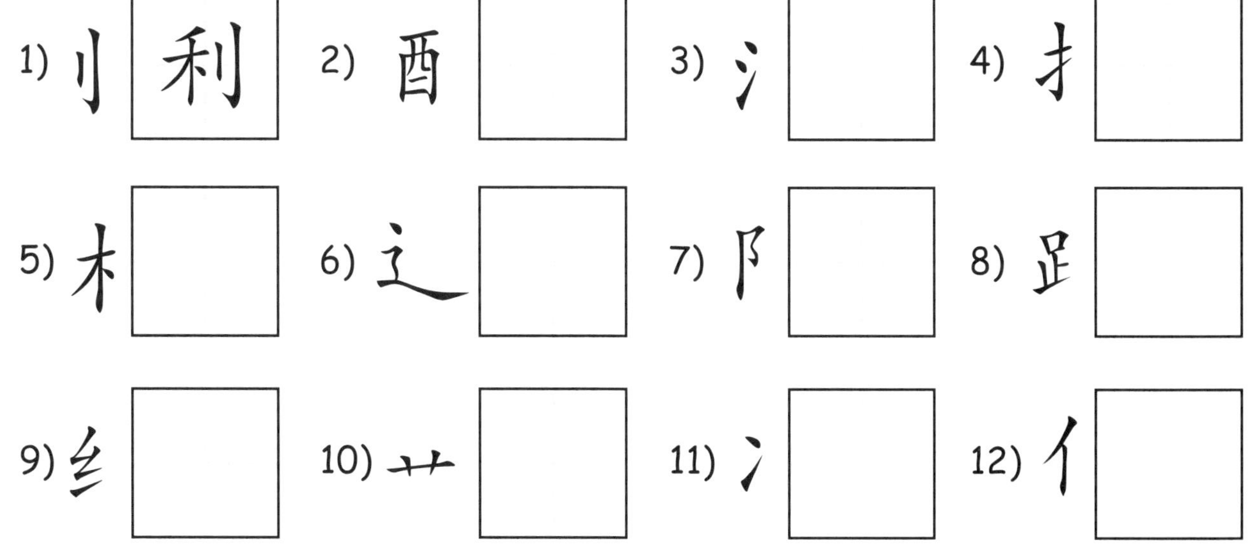

9 Write the characters.

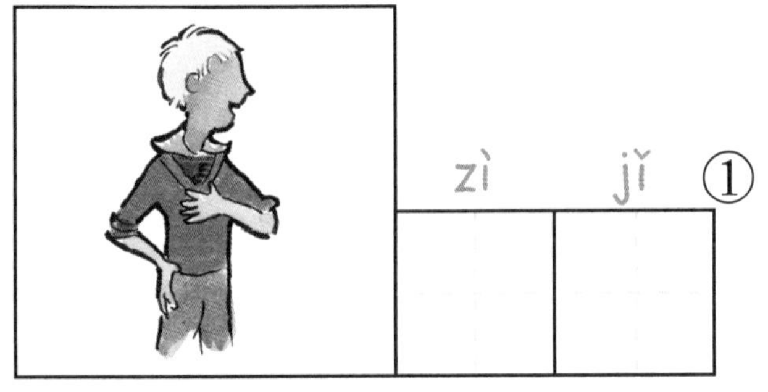

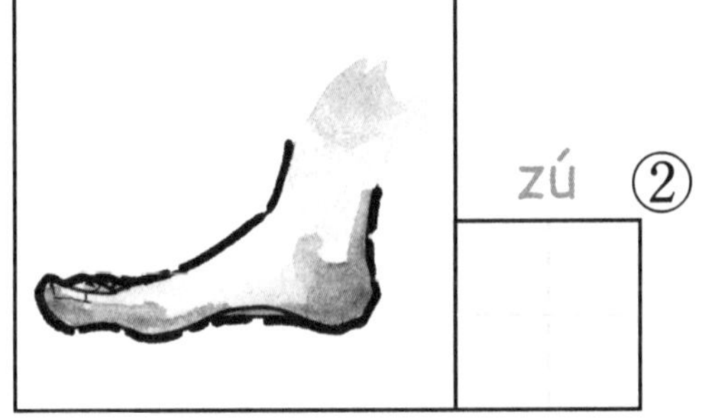

10 Connect the matching words.

1) 沙 (shā)	a) 肉 (ròu)
2) 酸 (suān)	b) 拉 (lā)
3) 猪 (zhū)	c) 奶 (nǎi)
4) 香 (xiāng)	d) 糕 (gāo)
5) 蛋 (dàn)	e) 片 (piàn)
6) 薯 (shǔ)	f) 肠 (cháng)

11 Match the verb with the noun.

1) 做 (zuò)	a) 作业 (zuò yè)
2) 开 (kāi)	b) 皮球 (pí qiú)
3) 拍 (pāi)	c) 秋千 (qiū qiān)
4) 玩 (wán)	d) 迷藏 (mí cáng)
5) 捉 (zhuō)	e) 游戏 (yóu xì)
6) 荡 (dàng)	f) 电灯 (diàn dēng)

12 Complete each sentence in Chinese or in picture form.

wǒ zuì xǐ huan 1) 我最喜欢	
wǒ hěn xǐ huan 2) 我很喜欢	
wǒ xǐ huan 3) 我喜欢	
wǒ bú tài xǐ huan 4) 我不太喜欢	
wǒ bù xǐ huan 5) 我不喜欢	
wǒ zuì bù xǐ huan 6) 我最不喜欢	

13 Make a phrase starting with the last word of the previous phrase.

1) 意大利面 (yì dà lì miàn) → 面条

2) 酸奶 (suān nǎi) → ______

3) 东西 (dōng xi) → ______

4) 昨天 (zuó tiān) → ______

5) 鸡蛋 (jī dàn) → ______

6) 糖果 (táng guǒ) → ______

14 Trace the characters.

丶 亠 亠 立 立 产 音 音 音 音 意 意 意							
yì meaning	意	意	意	意	意		
丿 二 千 禾 禾 利 利							
lì sharp	利	利	利	利	利		
一 ト ヒ 比							
bǐ compare	比	比	比	比	比		
一 十 艹 芓 芦 芦 萨 萨 萨 萨 萨							
sà	萨	萨	萨	萨	萨		

丶 氵 氵 汌 沙 沙 沙							
shā sand	沙						
一 十 扌 扌 扩 扩 拉 拉							
lā pull	拉						
一 厂 丙 丙 西 西 酉 酉 酉 酢 酢 酸 酸 酸							
suān sour	酸						
一 厂 丙 丙 西 西 酉 酉 酌 酪 酪 酪 酪							
lào milk curd	酪						

15 Writing practice.

Introduce your father or mother.
You need to include:

- name, nationality, language(s)
- job(s)
- what he/she likes to eat
- what he/she like to wear

Useful vocabulary:

jiào 叫	míng zi 名字	shuō 说	yǔ yán 语言
zuò 做	xǐ huan 喜欢	chī 吃	zhōng cān 中餐
chuān 穿	kuài cān 快餐	hē 喝	xī cān 西餐
dài 戴	yī fu 衣服	niú zǎi kù 牛仔裤	hàn shān 汗衫

dì shí wǔ kè
第十五课

1 Trace the characters.

一 ナ ๋ナ 左 左							
zuǒ left	左						
一 ナ 才 右 右							
yòu right	右						

2 Draw pictures and colour them as required.

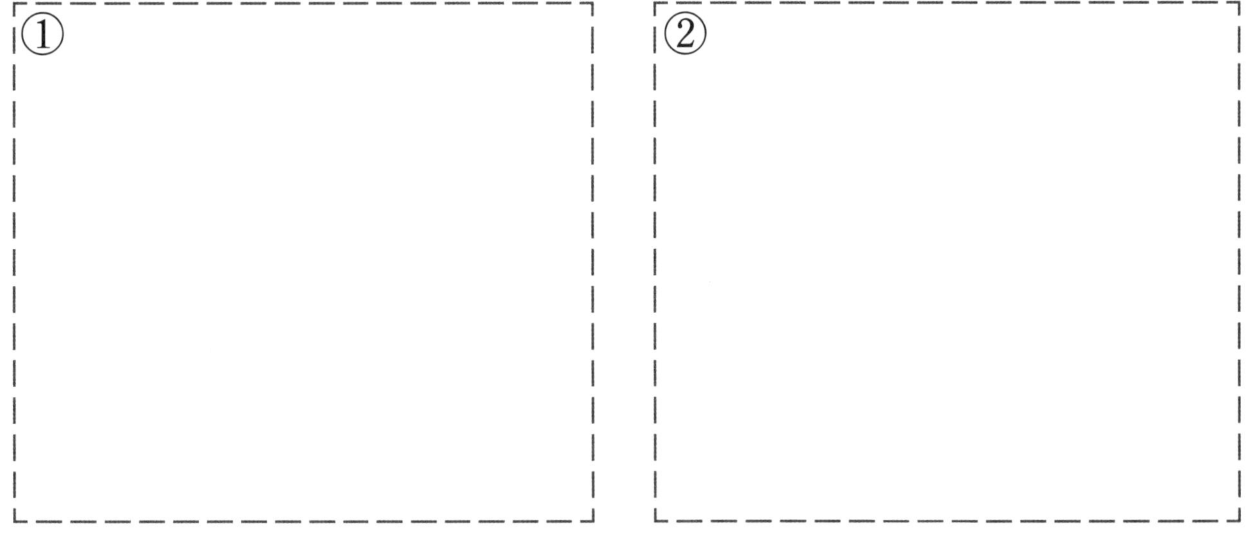

① wǔ ge hóng píng guǒ hé yí ge dà xī guā
五个红苹果和一个大西瓜

② sì ge jīnhuáng sè de dà nán guā
四个金黄色的大南瓜

3 Read and match.

1) xiāng jiāo 香蕉 • • ⓐ
2) píng guǒ 苹果 • • ⓑ
3) hú luó bo 胡萝卜 • • ⓒ
4) cài huā 菜花 • • ⓓ
5) nán guā 南瓜 • • ⓔ
6) bái luó bo 白萝卜 • • ⓕ

4 Count the strokes of each character.

1)	lǐ 李	7	2)	táo 桃 ____
3)	cǎo 草	____	4)	méi 莓 ____
5)	lí 梨	____	6)	pú 葡 ____
7)	jú 桔	____	8)	guǒ 果 ____
9)	pǎo 跑	____	10)	shā 沙 ____

5 Take out the part of the character you know and write the meaning.

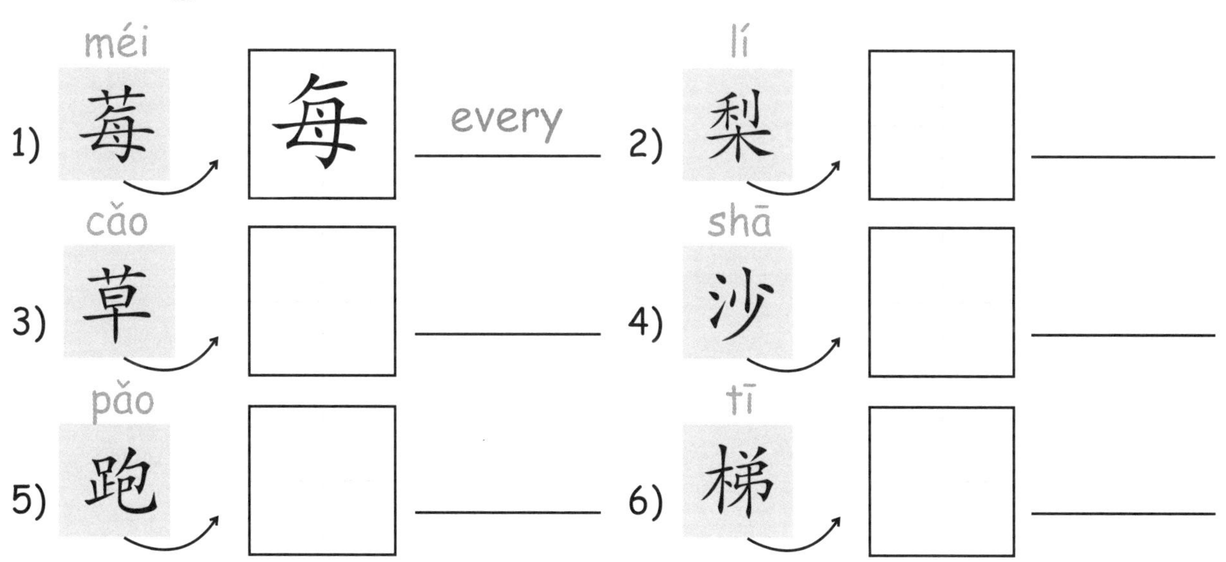

6 Draw pictures and colour them as required.

7 Colour the phrases as required.

shēngcài 生菜	píng guǒ 苹果	niú pái 牛排	táng guǒ 糖果
huǒ tuǐ ròu 火腿肉	duǎn qún 短裙	cài huā 菜花	jú zi 桔子
hú luó bo 胡萝卜	pú tao 葡萄	cháng kù 长裤	wài tào 外套
shǔ piàn 薯片	guǒ zhī 果汁	zhū ròu 猪肉	táo zi 桃子
xiāng jiāo 香蕉	lǐ zi 李子	nán guā 南瓜	kě lè 可乐
qiǎo kè lì 巧克力	cǎo méi 草莓	yáng ròu 羊肉	jī ròu 鸡肉

1) Vegetable: 绿色
2) Fruit: 黄色
3) Meat: 红色
4) Snack: 紫色
5) Drinks: 蓝色
6) Clothing: 灰色

8 Make three complete characters from each group.

① 禾 刂 口 火 和 利 秋

② 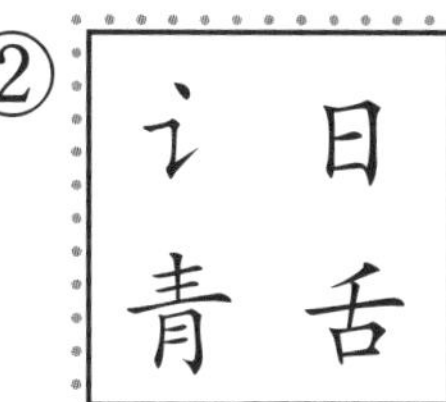
讠 日 青 舌 ____________

③ 扌 立 白 非 ____________

④ 氵 十 其 月 ____________

9 Create a new fruit or vegetable. Draw a picture and colour it. Name your creation.

① 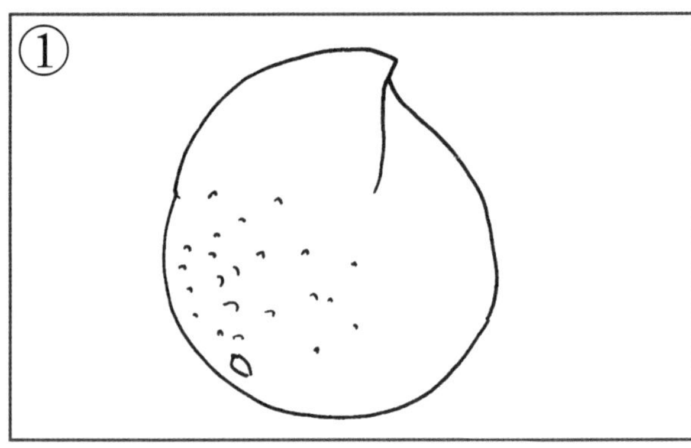

jú zi táo zi

桔子＋桃子＝桔桃

② 

xī guā nán guā

西瓜＋南瓜＝

③

cǎo méi pú tao

草莓＋葡萄＝

④ 

lí lǐ zi

梨＋李子＝

⑤ 

píng guǒ xiāng jiāo

苹果＋香蕉＝

⑥ 

cài huā hú luó bo

菜花＋胡萝卜＝

10 Choose the correct characters in the box to match the radical.

1) 艹：草 蔔 2) 氵：____ ____ 3) 扌：____ ____

4) 饣：____ ____ 5) 酉：____ ____ 6) 木：____ ____

fàn 饭	cǎo 草	suān 酸	zhuō 捉	shù 树	huá 滑
tī 梯	pú 葡	lā 拉	shā 沙	bǐng 饼	lào 酪

11 Write the common part.

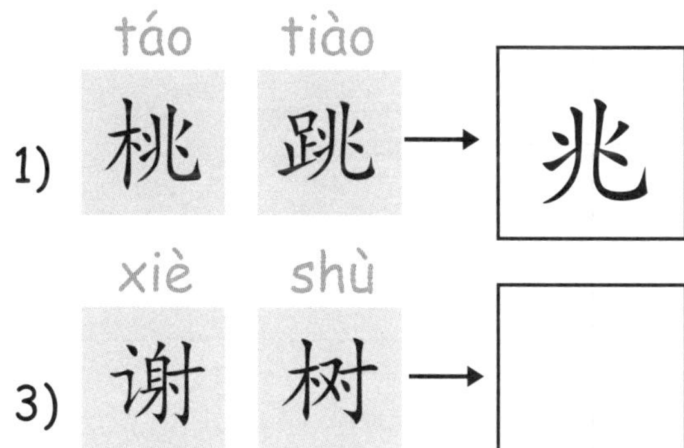

1) táo 桃 tiào 跳 → 兆

2) qǐng 请 qíng 晴 → ☐

3) xiè 谢 shù 树 → ☐

4) shuā 刷 shī 师 → ☐

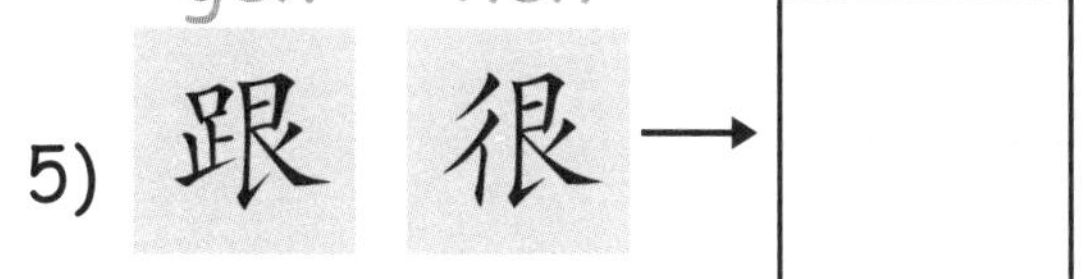

5) gēn 跟 hěn 很 → ☐

6) huà 话 huó 活 → ☐

12 Complete the phrases below. You can write pinyin if you cannot write characters.

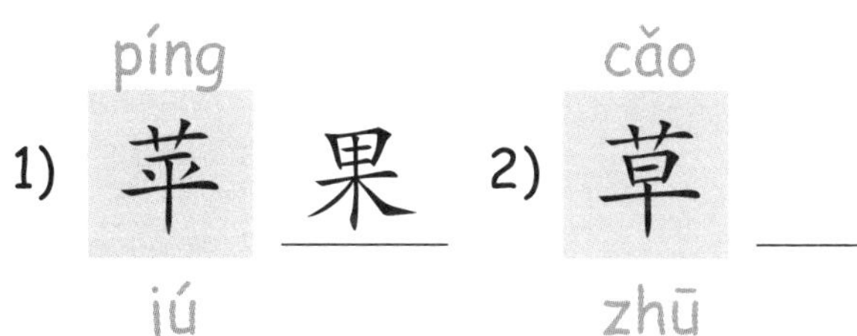

1) píng 苹 果 2) cǎo 草 ____ 3) pú 葡 ____ 4) lǐ 李 ____

5) jú 桔 ____ 6) zhū 猪 ____ 7) shā 沙 ____ 8) dàn 蛋 ____

13 Answer the following questions in Chinese, otherwise in pinyin.

nǐ xǐ huan chī shén me shuǐ guǒ
1) 你喜欢吃什么水果？ ____________________

nǐ xǐ huan chī shén me shū cài
2) 你喜欢吃什么蔬菜？ ____________________

nǐ xǐ huan chī shén me ròu
3) 你喜欢吃什么肉？ ____________________

nǐ xǐ huan chī shén me líng shí
4) 你喜欢吃什么零食？ ____________________

nǐ wǔ fàn yì bān chī shén me
5) 你午饭一般吃什么？ ____________________

14 Trace the characters.

一 十 艹 艹 芀 芀 芍 荀 荀 荀 葡 葡							
pú	葡	葡	葡	葡	葡		
一 十 艹 艹 芀 芀 芍 芍 萄 萄 萄							
táo	萄	萄	萄	萄	萄		
一 十 才 木 李 李 李							
lǐ plum; surname	李	李	李	李	李		

一 十 廾 艹 艹 苩 苩 荁 草							
cǎo grass	草						
一 十 廾 艹 艹 芒 苺 苺 莓 莓							
méi berry	莓						
丿 二 千 千 禾 禾 利 利 梨 梨 梨							
lí pear	梨						
一 十 才 木 木 村 村 桔 桔 桔							
jú orange	桔						
一 十 才 木 村 村 杉 杊 桃 桃							
táo peach	桃						

15 Writing practice.

Introduce your eating habits.
You need to include:

- what you like
- what you do not like
- your three meals

Useful vocabulary:

chī 吃　yí rì sān cān 一日三餐　zhōng cān 中餐　xī cān 西餐

kuài cān 快餐　miànbāo 面包　niú nǎi 牛奶　shuǐ guǒ 水果

shū cài 蔬菜　ròu 肉　mǐ fàn 米饭　tāng 汤

dì shí liù kè
第十六课

1 Trace the characters.

㇄ 凵 屮 出 出							
chū go or come out	出						
丿 入							
rù go in or come in	入						

2 Draw the structure of each character.

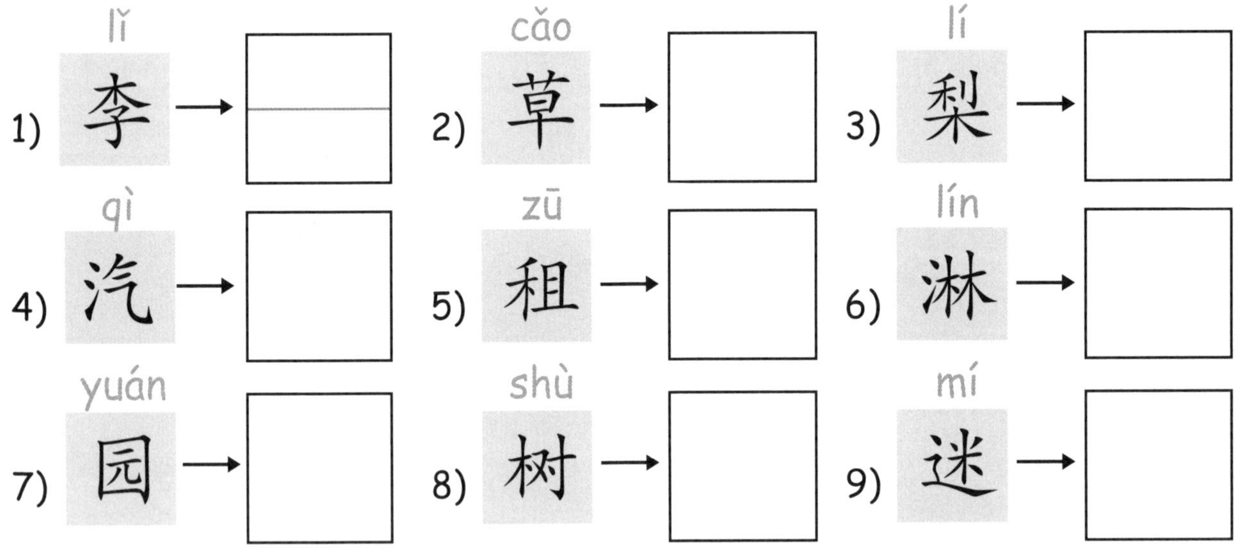

3 Take away one stroke to make another character.

子	三	犬	土	日	王	天	少

4 Answer the following questions in picture form. Colour the pictures.

1) nǐ xǐ huan zuò shén me chē
你喜欢坐什么车？

2) nǐ měi tiān zěn me shàng xué
你每天怎么上学？

3) nǐ bà ba měi tiān zěn me shàng bān
你爸爸每天怎么上班？

4) nǐ jiā mén kǒu yǒu shén me chē
你家门口有什么车？

5 Add a word to make a phrase. You may write pinyin.

1) fēi 飞 机
2) diàn 电 ______
3) qì 汽 ______
4) mǎ 马 ______
5) kàn 看 ______
6) zhōng 中 ______
7) suān 酸 ______
8) nǎi 奶 ______
9) niú 牛 ______
10) xiāng 香 ______
11) shǔ 薯 ______
12) dàn 蛋 ______

6 Make three complete characters from each group.

① 门 口 月 日 — 问 明 间

② 宀 各 尸 至 — ______

③ 口 元 王 员 — ______

④ 舌 刂 讠 禾 — ______

7 Circle the phrases as required.

máo 毛	yī 衣	wài 外	gōng 公	fēi 飞
fu 服	shǒu 手	tào 套	gòng 共	jī 机
cān 餐	shū 书	kǎ 卡	qì 汽	diàn 电
zhuō 桌	chū 出	zū 租	chē 车	nǎo 脑
dì 地	tiě 铁	wò 卧	jiào 教	zú 足
chuáng 床	tóu 头	guì 柜	shì 室	qiú 球

1) public bus ✓
2) plane
3) truck
4) taxi
5) sweater
6) dining table
7) computer
8) subway
9) bedroom

8 **How many things can you find in the picture below? Write them out in Chinese or in pinyin.**

① 公共汽车 ② ________ ③ ________

④ ________ ⑤ ________ ⑥ ________

⑦ ________ ⑧ ________ ⑨ ________

⑩ ________ ⑪ ________ ⑫ ________

9 Make complete sentences using the phrases in the box. Add words if you want to.

mǎ lù shang 马路上	cān zhuō shang 餐桌上	bǐng gān 饼干	xià yǔ 下雨	wán diàn nǎo yóu xì 玩电脑游戏	
gāo xìng 高兴	xiào fú 校服	yǒu 有	chuān 穿	xǐ huan 喜欢	hěn duō 很多
qì chē 汽车	wǔ jié kè 五节课	chī 吃	shàng 上	shuǐ guǒ 水果	shū cài 蔬菜

1) 马路上有很多汽车。

2) ______

3) ______

4) ______

5) ______

10 Count the strokes of each character.

1) kǎ 卡 5　2) zhēn 真 ____　3) gòng 共 ____　4) qì 汽 ____

5) zū 租 ____　6) táo 桃 ____　7) jú 桔 ____　8) cǎo 草 ____

11 Write the characters.

12 Answer the following questions in Chinese.

xiàn zài jǐ diǎn
1) 现在几点？ ____________________

jīn tiān jǐ yuè jǐ hào
2) 今天几月几号？ ____________________

míngtiān jǐ yuè jǐ hào
3) 明天几月几号？ ____________________

jīn tiān xīng qī jǐ
4) 今天星期几？ ____________________

míngtiān xīng qī jǐ
5) 明天星期几？ ____________________

13 Draw a picture according to the description below. Colour the picture.

wǒ jiā mén kǒu yǒu yì tiáo dà mǎ lù mǎ lù shang yǒu gōng gòng qì
我家门口有一条大马路。马路上 有公 共汽

chē diàn chē chū zū chē kǎ chē děng děng mǎ lù de yòu miàn yǒu
车、电车、出租车、卡车等等。马路的右面有

yí ge dà gōng yuán gōng yuán li yǒu hěn duō xiǎo péng you yǒu de zài
一个大公 园。公 园里有很多小 朋友：有的在

huá huá tī yǒu de zài dàng qiū qiān hái yǒu de zài wán zhuō mí cáng
滑滑梯，有的在荡秋千，还有的在玩 捉迷藏。

14 Answer the following questions in Chinese or in picture form.

nǐ jīn tiān zǎo shang jǐ diǎn qǐ chuáng
1) 你今天早上几点起床？

nǐ jīn tiān zǎo fàn chī le shén me
2) 你今天早饭吃了什么？

nǐ jīn tiān zuò shén me chē shàng xué
3) 你今天坐什么车上学？

nǐ de jiào shì li yǒu shén me
4) 你的教室里有什么？

nǐ de shū bāo li yǒu shén me
5) 你的书包里有什么？

nǐ jīn tiān wǎn fàn xiǎng chī shén me
6) 你今天晚饭想吃什么？

15 Guess the meaning and write it down.

1) 糕饼 (gāo bǐng) pastry

2) 树熊 (shùxióng) ______

3) 淋浴 (lín yù) ______

4) 胶卷 (jiāo juǎn) ______

5) 蓝莓 (lán méi) ______

6) 电梯 (diàn tī) ______

7) 生日卡 (shēng rì kǎ) ______

16 Make a phrase starting with the last word of the previous phrase.

1) 毛衣 (máo yī) → 衣服

2) 下雪 (xià xuě) → ______

3) 刷牙 (shuā yá) → ______

4) 香水 (xiāng shuǐ) → ______

5) 工作 (gōng zuò) → ______

6) 学生 (xué sheng) → ______

7) 昨天 (zuó tiān) → ______

17 Trace the characters.

一 𠂇 ... 直 真 真							
zhēn true; real	真	真	真	真	真		
一 十 卄 廾 共 共							
gòng common; general	共	共	共	共	共		

丶 冫 氵 氵 氵 汽 汽							
qì steam	汽	汽	汽	汽	汽		
丨 卜 上 卡 卡							
kǎ card	卡	卡	卡	卡	卡		
丿 二 千 禾 禾 利 和 和 租 租							
zū rent	租	租	租	租	租		

18 Make a sentence with each phrase.

1) 工作 (gōng zuò)：________________

2) 昨天 (zuó tiān)：________________

3) 很多 (hěn duō)：________________

4) 上学 (shàng xué)：________________

5) 看见 (kàn jian)：________________

词汇表

A

ā 阿 prefix
āyí 阿姨 aunt (maternal)
ǎi 矮 short (in height)

B

bǎ 把 particle
běi 北 north
běijīng 北京 Beijing
bǐ 比 compare
bǐsà 比萨 Pisa, Italy
bǐsàbǐng 比萨饼 pizza
bīngqílín 冰淇淋 ice cream
bǐng 饼 round, flat cake
bǐnggān 饼干 biscuit
* bù 不 not; no
bù 步 step

C

cānzhuō 餐桌 dining table
cáng 藏 hide
cǎi 彩 colour
cǎisèbǐ 彩色笔 crayon
cǎo 草 grass
cǎoméi 草莓 strawberry
cháng 肠 intestines
chū 出 go or come out
chūzū 出租 rent
chūzūchē 出租车 taxi
chuāng 窗 window

D

dàyī 大衣 overcoat
dài 戴 put on; wear
dàn 蛋 egg
dàngāo 蛋糕 cake
dàng 荡 swing
dào 道 say
dēng 灯 lamp
dì 第 indicating ordinal numbers
dīng 丁 man
dìshang 地上 on the ground
dōng 东 east
dōngxi 东西 thing
duǎn 短 short (in length)
duǎnkù 短裤 shorts
duōyún 多云 cloudy

F

fēi 飞 fly
fēijī 飞机 plane
fēng 风 wind

fù 父 father
fùmǔ 父母 parents

G

gān 干 dry
gàn 干 do; work
gàn huór 干活儿 work
gāo 糕 cake
gāoxìng 高兴 happy
gèzi 个子 height
gōng 公 mother's father
gòng 共 common; general
gōnggòng 公共 public
gōnggòng qìchē 公共汽车 (public) bus
gōngzuò 工作 work
gù 固 hard; solid
gùtǐjiāo 固体胶 glue stick
guā 刮 (of wind) blow
guāfēng 刮风 windy
guò 过 spend (time)

H

hǎi 海 sea
hàn 汗 sweat
hànshān 汗衫 T-shirt
hé 禾 crops
hěnduō 很多 many; much
huátī 滑梯 children's slide
huà 化 melt
huó 活 work
huǒtuǐròu 火腿肉 ham

J

jié 节 measure word
jīròu 鸡肉 chicken (meat)
jǐ 己 oneself
jì 记 record
jiǎn 剪 scissors; cut
jiǎndāo 剪刀 scissors
* jiàn 见 see
jiāo 胶 glue
* jiào 叫 ask
jīng 京 capital
jìng 镜 mirror
jiù 就 just
jiù 舅 mother's brother
jiùjiu 舅舅 uncle (maternal)
jú 桔 orange
júzi 桔子 orange
juǎn 卷 curl
juǎnbǐdāo 卷笔刀 pencil sharpener

K

kǎ 卡 card
kǎchē 卡车 truck; lorry
kāi 开 open; turn on
kāimén 开门 open the door
kāishǐ 开始 start
kànjian 看见 see

kè 课 class; period
kèběn 课本 textbook
kè 克 gram
kū 哭 cry

L

lā 拉 pull
lào 酪 milk curd
lèi 累 tired
lěng 冷 cold
lí 梨 pear
lǐ 李 plum; surname
lǐzi 李子 plum
lì 利 sharp
lì 立 stand
lián 连 link
liányīqún 连衣裙 dress
liàn 练 practise
liànxí 练习 practise
liànxíběn 练习本 exercise book
liáng 凉 cool
liángxié 凉鞋 sandals

M

mǎlù 马路 road; street
máo 毛 wool
máoyī 毛衣 sweater
mào 帽 cap; hat
màozi 帽子 cap; hat
méi 莓 berry
měishù 美术 art
mén 门 door
mí 迷 lost
míngtiān 明天 tomorrow
mǔ 母 mother

N

nà 那 that
nàr 那儿 there
nǎilào 奶酪 cheese
nán 南 south
niúpái 牛排 beefsteak
niúròu 牛肉 beef
niúzǎikù 牛仔裤 jeans
* nǚ 女 female

P

pāi 拍 clap; pat; dribble
pái 排 line; row
pǎo 跑 run
pǎobù 跑步 run, jog
péng 朋 friend
péngyou 朋友 friend
píxié 皮鞋 leather shoes
piàn 片 a slice
pó 婆 old woman
pútao 葡萄 grape

Q

qì 气 gas
qì 汽 steam
qìchē 汽车 car
qiān 千 thousand
qiǎo 巧 skilful
qiǎokèlì 巧克力 chocolate
qíng 晴 sunny; clear
qiū 秋 autumn
qiūqiān 秋千 swing
qǔ 曲 crooked
quǎn 犬 dog

R

rìjìběn 日记本 diary
ròu 肉 meat
rù 入 go in or come in

S

shā 沙 sand
shālā 沙拉 salad
shān 山 mountain
shànghǎi 上海 Shanghai
shàngkè 上课 attend class
shàngwǔ 上午 before noon; morning
shēn 身 body
shēntǐ 身体 body
shí 石 stone
shǐ 始 begin
shǒutào 手套 gloves; mittens
shǔ 薯 potato; yam
shǔpiàn 薯片 crisps
shǔtiáo 薯条 French fries
shù 树 tree
shù 术 art; skill
shuā 刷 brush
shuāyá 刷牙 brush one's teeth
suān 酸 sour
suānnǎi 酸奶 yoghurt

T

tā 它 it
tài 太 too
táo 桃 peach
táozi 桃子 peach
tào 套 cover
tī 梯 ladder; stairs
tiānqì 天气 weather
tiānshàng 天上 sky
tiào 跳 jump
tuǐ 腿 leg

W

wà 袜 socks
wàzi 袜子 socks
wài 外 (relatives) of one's mother; outer

wàigōng 外公 grandfather (maternal)
wàipó 外婆 grandmother (maternal)
wàitào 外套 coat
wán 玩 play
wāng 汪 bark
wáng 王 king
wéi 围 surround
wéijīn 围巾 scarf
wèn 问 ask
wū 屋 house

X

xī 西 west
xīcān 西餐 Western food
xīguā 西瓜 watermelon
xí 习 study
xì 戏 play; drama
xiàyǔ 下雨 raining
xiàxuě 下雪 snowing
xiāngcháng 香肠 sausage
xiǎobā 小巴 minibus
xié 鞋 shoes
xìng 兴 excitement
xuě 雪 snow
xuěrén 雪人 snowman

Y

yǎnjìng 眼镜 glasses
yáng 羊 sheep
yángròu 羊肉 lamb
yàng 样 model
yè 业 course of study
yí 姨 mother's sister
yì 意 meaning
yìdàlì 意大利 Italy
yìdàlìmiàn 意大利面 spaghetti
yìtiān 一天 one day
yīn 音 sound; voice
yīnyuè 音乐 music
yóu 游 stroll about
yóuxì 游戏 game
yǒu 友 friend
yòu 右 right
yǔ 雨 rain
yù 玉 jade
yuè 乐 music
yún 云 cloud

Z

zǎi 仔 son
zhēn 真 true; real
zhī 知 know
zhīdao 知道 know
zhī 只 measure word

zhí 直 straight
zhōngcān 中餐 Chinese food
zhōngwǔ 中午 noon
zhǒng 种 kind, type
zhū 猪 pig
zhūròu 猪肉 pork
zhú 竹 bamboo
zǐ 子 son; child
zì 自 onself
zìjǐ 自己 oneself
zǒu 走 walk
zū 租 rent
zú 足 foot
zuì 最 most
zuó 昨 yesterday
zuótiān 昨天 yesterday
zuǒ 左 left
zuò 做 do
zuò 作 do; make
zuòyè 作业 homework
zhuō 捉 grab, catch
zhuōmícáng 捉迷藏 hide-and-seek